AF756630

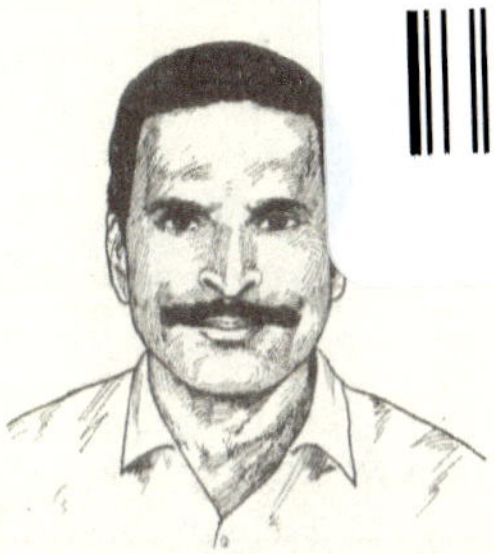

தாராபாரதி கவிதைகளில் இலக்கிய நலம்

எஸ். மகேஸ்வரி, எம்.ஏ., எம்ஃபில்

சங்கர் பதிப்பகம்
15/21, டீச்சர்ஸ் கில்டு காலனி,
2-வது தெரு, இராஜாஜி நகர் விரிவு,
வில்லிவாக்கம், சென்னை - 600 049.
தொலைபேசி: 26502086
ஈமெயில்: shankar_pathippagam@yahoo.com

நூல் விவரம்

நூல்	:	**தாராபாரதி கவிதைகளில் இலக்கிய நலம்**
வகை	:	ஆய்வு நூல்
ஆசிரியர்	:	**எஸ். மகேஸ்வரி**, எம்.ஏ., எம்ஃபில்
பதிப்பு	:	2022
பக்கங்கள்	:	184
வெளியிட்டோர்	:	**சங்கர் பதிப்பகம்** 15/21, டீச்சர்ஸ் கில்டு காலனி, 2-வது தெரு, இராஜாஜி நகர் விரிவு, வில்லிவாக்கம், சென்னை - 600 049 தொலைபேசி: 26502086 shankar_pathippagam@yahoo.com
நூல் வடிவமைப்பு	:	கன்னிக்கோவில் இராஜா
அச்சிட்டோர்	:	எம்.கே. கிராபிக்ஸ், சென்னை - 600 021. கைபேசி: 9840828213
விலை	:	**ரூ.185/-**

அணிந்துரை

தாராபாரதி கவிதைகளில் இலக்கிய நலம்

¤ **மலர்மகன்** ¤

கவிஞாயிறு தாராபாரதி என் உடன்பிறப்பு; தம்பி.

தொன்மையான மரபும் தொலைதூரப் பாரம்பரியமும் கொண்ட நம் தமிழ் மொழியில் ஆழம் அறிந்து, தம் புலமை ஆற்றலால் "தமிழ்ப் புகழ்" நிறுவும் பணியில் "தம்புகழும்" நிறுவிச்சென்ற தமிழ்ச் சான்றோர் வரிசையில் நமக்குப் பரிசாக வந்தவர், தாராபாரதி.

இவர் "இலக்கியவீதிக்" கவிஞர்.

ஏற்கனவே,பலர்தம்பிதாராபாரதிநூல்களில்-பல நிலைகளில் ஆய்வுகள் மேற்கொண்டு மொழிக்கும் கவிஞருக்கும் பெருமை சேர்த்துள்ளனர். அந்தப் பட்டியலில் திருமதி எஸ்.மகேஸ்வரி (கவிஞர் மகி) அவர்கள் இணைவது மகிழ்ச்சியளிக்கிறது.

அண்ணாமலைப் பல்கலைக்கழகம், தமிழ் மொழியின் பான்மையினை உலகறியச் சாற்றுவதிலும், தமிழறிஞர் மேன்மையினை ஊரறியப் போற்றுவதிலும் முதன்மை வகிப்பது என்பது நாடறிந்த செய்தி. அறிஞர்கள் வார்த்தெடுத்த தலைநாள் புகழை நாளும் தகைசால் புகழாக வளர்த் தெடுக்கும் அந்தப் பல்கலையின் தொலைதூரக் கல்வி இயக்ககத்தின் ஆய்வு மாணவி திருமதி மகேஸ்வரி என்பது பெருமைக்குரியது.

கவிஞர் தாராபாரதியின் இரண்டு நூல்களை மட்டுமே - "பூமியைத் திறக்கும் பொன் சாவி"; "இன்னொரு சிகரம்" - தம் இளம் முனைவர் ஆய்வுக்கு உட்படுத்தி, அவற்றின் சிறப்பினை மிகவும் அற்புதமாக வெளிப் படுத்தியுள்ளார், மகேஸ்வரி; பாராட்டுக்கள்.

கடல் பெரிதுதான்; அதன் ஓரிரு துளிகள் போதும் அதன் முழுத் தன்மையையும் புரிந்துகொள்ள. அப்படித்தான் இந்த முயற்சியும். தம் சீரிய ஆய்வுப் போக்கின் மூலம் தம் நேரிய நோக்கத்தைச் சாதித்துக் காட்டியுள்ளார், ஆய்வாளர்; வாழ்த்துக்கள்.

ஓர் ஆய்வாளருக்கு - ஒரு படைப்பாளியின் மனமும், திறனாய்வாளரின் தீர்க்கமும் இருக்க வேண்டும்; தாயின் பரிவும் ஒரு தந்தையின் தகவமைப்பும் போல. அவைதாம் ஓர் ஆய்வினை மேலெடுக்கும்; மேன்மைப்படுத்தும். அந்த விதத்தில் ஆய்வாளர் சரிவிகிதம்.

கவிஞர் சமூகத்திற்காக உருகி எழுதிய கவிதைகளுக்கு, தம் ஆய்வால் மேலும் மெருகூட்டி மேன்மை படுத்தியுள்ளார், மகேஸ்வரி.

ஒரு விருட்சத்தின் விஸ்வரூபம் ஒன்றை விதைக்குள் அடங்கியுள்ள படைப்பியல் நுட்பத்தை

உடைத்துக்காட்டி ஆய்வினை நடத்தியுள்ள பாங்கு மெச்சத்தகுந்தது.

ஒரு பல்கலைக்கழக ஆய்வு நெறிக்கு உட்பட்டு இந்த நூலை, பாடுபொருள், சமுதாய உணர்வு, நடைநலம், வருணனை நலம், அணிநலம் - என்று ஐந்து தலைப்புகளில் பகுத்துக்கொண்டு, ஒவ்வொன்றுக்கும் கவிஞரின் கவிதைகளையும் - இந்த ஆய்வுக்கு உட்படாத, கவிஞரின் பிற நூல்களிலிருந்தும் கவிதைகளை அகச்சான்றாகவும்; ஏனைய பிற கவிஞர்கள், அறிஞர்கள் மற்றும் திறனாய்வாளர்களின் (மேல்நாட்டு அறிஞர்கள் உட்பட) கருத்துக்களை புறச்சான்றுகளாகவும் தொகுத்துக் கொடுத்துள்ள பாங்கு அருமை.

இவ்வாய்வுக்காக ஆய்வாளர் மேற்கொண்டுள்ள துணை நூற்பட்டியல்களின் தொகுப்பே நம்மை வியக்க வைக்கிறது என்றால், ஆய்வின் நுட்பம் படிப்பவரை வியர்க்க வைக்கும்.

“ஒரு மரத்தின் சிறப்பு அதன் கனிகளால் அறியப்படும்” என்றால், “கனி”ஞர் மகேஸ்வரி, தம் நெறியாளர் புதிய கற்பிதங்களை அற்புதமாக வழங்கும் கற்பக மரம் என்பதாகப் பெருமை சேர்க்கிறார். பேராசிரியர் பெ.இலக்குமி நாராயணன் அவர்களின் நெறிகாட்டுதலில் ஆய்வில் முறைவழிப்பட்டு முத்திரை பதித்துள்ளார், ஆய்வாளர்.

கவிஞரின் மொழிநடை என்னும் கைப்பக்குவமும், மொழி ஆளுமை என்னும் கவிப்பக்குவமும் கவிஞர்களுக்கும் ஆய்வாளருக்கும் இடைவெளி தோன்றாத வகையில் - வாசகனை மூலக்கவிஞனின் அருகில் கொண்டு நிறுத்தி ஆச்சரியப்பட வைக்கிறது; கவிஞரை அண்ணாந்து பார்த்து அதிசயிக்க வைக்கிறது.

நிறைவான ஆய்வு நூல்.

"தமிழ் இலக்கியப் பரப்பில் திறனாய்வுக் கலையின் பங்களிப்பு குறைவு" - என்கிற, சிலரது குறையினைப் போக்க வல்லவராக திருமதி மகேஸ்வரி என்கிற "மகி" விளங்குவார் என்னும் நம்பிக்கை ஏற்படுகிறது.

இந்த ஆய்வு, விமர்சனக் கலையின் வெளிச்ச வாசலைத் திறந்து நமது மொழியின் இலக்கியச் செழுமைக்கு வழிகோலும் என்கிற வகையில் வரவேற்கலாம்.

வாழ்த்துக்களுடன்

மலர்மகன்
9941469028

இ-1, சில்வர் ஸ்ட்ரிக் அடுக்ககம்,
எண்-3, மேடவாக்கம் சாலை,
கீழ்க்கட்டளை, சென்னை- 600 0117.
தொ.பே. 99414-69028

முன்னுரை

கற்பனைகளின் கருவூலகங்கள்தான் கவிதைகள். எத்தனையோ கவிஞர்களின் கைகளில் மேன்மையுற்றுப் பலசிறந்த கருத்துகளையும், மனித மேம்பாடுகளையும் சமூகத்தில் இன்று வரையில் பறைசாற்றிக் கொண்டிருக்கின்றன. பாரதியார் முதற்கொண்டு பலர் கவிதைகளில் சிறப்புற்று விளங்கித் தம்மால் இயன்ற அளவு இத்தேசத்தை உயர்த்தக் கவிதை என்னும் நெம்புகோலினால் முயன்று கொண்டுதான் இருக்கின்றனர். அந்த வகையில் கவிஞர் தாராபாரதியின் கவிச்சேவை கருத்துச் செறிவுள்ள சேவையாகும். மகாகவி பாரதியாரைத் தம் கவிதை நூல்களில் கொண்டாடி பாரதிக்கே முதலிடம் தருகின்றார். அவர்தம் படைப்புகளில் காணும் 'இலக்கிய நலம்' குறித்து இந்த ஆய்வேட்டில் விரிவாகக் காணலாம்.

ஆய்வு மூலங்கள்:

இவ்வாய்விற்குத் தாராபாரதியின் 'பூமியைத் திறக்கும் பொன்சாவி', 'இன்னொரு சிகரம்'ஆகிய இரு கவிதை நூல்கள் எடுத்துக் கொள்ளப் பட்டுள்ளன. இவ்விரு நூல்களும் முதன்மை நூல்களாகக் கொள்ளப்பட்டுள்ளன. இலக்கியம், சமூகம், பாடுபொருள், தமிழாராய்ச்சி, புதுக் கவிதை, பெண்ணியப்பார்வை போன்றவை பற்றிய பிறரது நூல்கள் இதற்குத் துணை நூல்களாகப் பயன்படுத்தப்பட்டுள்ளன.

ஆய்வு நோக்கம்:

கவிஞர் தாராபாரதியின் கவிதைகளில் பாடுபொருள்களின் சிறப்பையும், தாராபாரதி காணவிழையும் சமுதாயத்தையும், இன்றைய சமுதாய நிலைகளையும், அவரின் கவின் கவிதைகளுக்கு மேலும் அழகூட்டும் வகையில் அமைந்துள்ள நடை நலம், வருணனை நலம், அணி நலம் ஆகிய இலக்கிய நலங்களை ஆய்வதே இவ்வாய்வின் நோக்கமாகும். தாராபாரதியின் கவிதைகள் அனைவரையும் கவர்ந்ததன் விளைவே இவ்வாய்வு தோன்றக் காரணமாக அமைகின்றது.

அணுகுமுறைகள்:

இவ்வாய்வேட்டில் ஆய்வின் போக்கிற்கேற்ற அணுகு முறைகள் மேற்கொள்ளப்பட்டுள்ளன. கவிதையின் கருவாக விளங்கும் பாடுபொருள்கள் கவிஞரின் சமுதாய உணர்வு, கவிதைகளில் காணப்படும் இலக்கிய நலம் ஆகிய அனைத்தும் பகுப்பு முறைத் திறனாய்வு, மதிப்பீட்டு முறைத் திறனாய்வு, செலுத்துநிலைத் திறனாய்வு, ஒப்பீட்டு முறைத் திறனாய்வு ஆகிய அணுகு முறைகள் வாயிலாக ஆராயப்பட்டுள்ளன.

ஆய்வேட்டின் அமைப்பு:

'தாராபாரதி கவிதைகளில் இலக்கிய நலம்' என்னும் தலைப்பில் அமைந்த இவ்வாய்வேடு முன்னுரை, முடிவுரை நீங்கலாக ஐந்து இயல்களாகப் பகுத்து ஆராயப் பெற்றுள்ளது.

1. பாடுபொருள்
2. சமுதாய உணர்வு
3. நடை நலம்
4. வருணனை நலம்
5. அணி நலம்

முடிவுரை

ஆய்வின் கால எல்லை கருதியும், ஆய்வேட்டின் பரப்பு கருதியும் ஆய்வுக்குக் கவிஞர் தாராபாரதியின் இரு நூல்கள் மட்டுமே எடுத்துக் கொள்ளப்பட்டுள்ளன.

முதல் இயலில் கவிஞர் தாராபாரதியின் கவிதைகளில் பாடுபொருள்கள் எவ்வாறு அமைந்துள்ளன. சிறப்பான பாடு பொருள்கள் எவை என்பது பற்றி ஆய்வு செய்யப்பட்டுள்ளன.

இரண்டாவது இயல் 'சமுதாய உணர்வு' என்ற தலைப்பில் ஆய்வு செய்யப்பட்டுள்ளது. இதில் கவிஞரின் உரத்த சிந்தனையும் சமுதாயத்தில் தோன்ற வேண்டிய பல சீர்த்திருத்தங்களும் அனைவரும் உணரக் கூடிய வகையில் ஆய்வு செய்யப்பட்டுள்ளன. சமூகப் பிரச்சினைகளைத் தீர்க்கும் வகையில் விடை காண்பதே இவ்வியலின் ஆய்வு நோக்கமாகும்.

மூன்றாவது இயல் கவிஞரின் கவிதைகளில் காணப்படும் நடைச்சிறப்பை விளக்குவதாகும். எவ்விதக் கருத்தை எந்நடையில் சொன்னால் அக்கருத்து படிப்பவர் மனதில் ஆழமாகப் பதியும் என்ற நோக்கோடும், அவ்வகை நடை தாராபாரதி கவிதைகளில் புலப்படும் வகைமைகளையும் இவ்வியல் ஆராய்கின்றது.

நான்காவது இயல் கவிதைகளில் கையாளப்பட்டுள்ள வருணனைகளைப் பற்றி ஆராய்கிறது. இயற்கை, இடம், நிகழ்ச்சி, பாத்திரம், கலை முதலானவற்றை வருணனை அழகோடு தம் கவிதைகளில் சிறப்புறச் செய்துள்ள தாராபாரதியின் கலையுணர்வும், அவ்வருணனைகள் கவிதைகளில் பொருத்தமுற அமைந்து இருத்தலும் இவ்வியலில் விளக்கப்பட்டுள்ளன.

ஐந்தாவது இயல் அணி நலம் பற்றியது ஆகும். செய்யுள் அழகுகளில் தலைமையான ஒன்று 'அணிநலம்' ஆகும். தாராபாரதியின் கவிதைகளில் அவ்வணிகள் கவிதையின் கருத்தோடு ஒன்றி பொருள் விளக்கும் சிறப்பு இவ்வியலில் ஆராயப்பட்டுள்ளது.

முடிவுரையில், இயல்தோறும் கண்டறிந்த முடிவுகள் தொகுத்துக் கூறப்பெற்றுள்ளன. மேலும் ஆராய்தலுக்குரிய சிந்தனைகள் பலவும் எடுத்துக் காட்டப்பட்டுள்ளன.

பின்னிணைப்பில் முதற்கண் இவ்வாய்வு தொடர்பாக கவிஞரின் வாழ்க்கை வரலாற்றுக் குறிப்புகள் தொகுத்துத் தரப்பட்டுள்ளன. இவர்தம் கவிதைச் சிந்தனைகளைப் பாராட்டிச் சிறப்பிக்கும் வகையில் அரைப்பற்றிய சான்றோர் கருத்துகளும் பின்னிணைப்பாகத் தரப்பட்டுள்ளன. தொடர்ந்து ஆய்வுக்குப் பயன்பட்ட துணை நூற்பட்டியல் தரப்பட்டுள்ளது.

■

திருமதி சி. மகேஸ்வரி அவர்கள் என் தோழியானது, நாங்கள் இருவரும் இளம் முனைவர் பட்ட ஆய்வை மேற்கொண்டபோதுதான். சென்னையில் நடக்கும் வகுப்பிற்கு வந்தபோதுதான் அவரை முதன் முறையாகச் சந்தித்தேன்.

ஒருநாள் என் அருகே வந்து அமர்ந்தவர், "நீங்கள் எந்தத் தலைப்பில் ஆய்வு செய்யப் போகிறீர்கள்?" என்றவுடன் சற்றும் யோசிக்காமல் என் வாயிலிருந்து "திருவாசகம்" என்று வந்தது. உடனே அவர், அப்படியானால், மாதத்தில் ஒருநாள் சென்னையில் நடக்கும் சைவ சித்தாந்த வகுப்பில் சேர்ந்தால், உங்கள் ஆய்வுக்குப் பயனுள்ள தகவல்கள் கிடைக்குமே" என்றவுடன் சற்றும் தாமதிக்காமல் அடுத்த வாரமே சென்று வகுப்பில் சேர்ந்தேன். சைவ சித்தாந்தம் படித்தேன், பயன் பெற்றேன், பட்டம் வாங்கினேன் என்பதைவிட, சைவ சித்தாந்தம் பயின்ற பிறகு

என் வாழ்க்கை மிகவும் செம்மைப்பட்டதை அனுபப்பூர்வமாக உணர்ந்தேன் என்றுதான் கூறவேண்டும். அந்த வகையில் அதற்கு அவருக்கு எப்பிறவியிலும் நன்றிக்கடன் பட்டிருக்கிறேன்.

சமயக் கல்வியான சைவ சித்தாந்தக் கல்வியை நான் பயில்வதற்கான வாய்ப்பை இறைவன் இவரை ஒரு கருவியாகக் கொண்டே எனக்குப் புகட்டினார் என்பது மறுக்க முடியாத - மறக்க முடியாத பேருண்மை. திருவாசகமும் தாராபாரதியும் சைவசித்தாந்தமும் எங்களின் நட்பை வளர்த்தன.

கூடவே இருவருக்கும் ஒரே நெறியாளர் வாய்த்ததும் நாங்கள் செய்த புண்ணியமே.

தினமலரிலும், தினமணியில் நான் காலடி எடுத்து வைப்பதற்கு முன்பு, “ஆன்மீகக் களஞ்சியம்” என்ற மாத இதழின் இணையாசிரியராகவும், பொறுப்பாசிரியராகவும் இருந்தேன். அப்போது எங்கள் இதழுக்கு நிறைய கட்டுரைகள் எழுதி எங்கள் இதழுக்கு ஊக்கம் தந்தவர் என் தோழி. எங்களை எழுத வைத்து அழகு பார்த்தவர் மட்டுமல்ல எங்கள் முன்னேற்றத்திற்கு அவ்வப்போது விதை தூவியவர் அந்த இதழின் ஆசிரியர் தெள்ளாறு ஈ.மணி அவர்கள். அவர், எங்கள் அவ்வப்போது எழுதத்தூண்டி, எங்களிடம் உள்ள திறமையை எங்களுக்கு எடுத்துக்காட்டி அதை வெளிக்கொண்டு வந்தார்.

வண்டியில் பூட்டினால் வண்டி மாடுகள் சென்றுகொண்டுதான் இருக்கும். ஆனால், சில நேரங்களில் அதன் நடை தளர்ந்து போகும். அப்போது, அவை வேகமாகச் செல்ல வேண்டும் என்பதற்காக தார்க்கோல் (தார்க்குச்சி) எடுத்து அவற்றை ஒரு குத்தோ, அடியோ வைப்பான் வண்டியோட்டி. அதுபோல, என் தோழி எழுதத் தொடங்கினால், அருமையாகக் கட்டுரைகள், கவிதைகள், கதைகள் எழுதுவார். ஆனால், அவருக்கு அவ்வப்போது தார்க்கோல் போட்டு, அவருடைய படைப்புகளை வெளிக்கொணர்வதற்குள் நான் படும் பாடு இறைவனுக்குத்தான் தெரியும். தினமணி தமிழ்மணியில் வெளியான பல கட்டுரைகளை நான் அப்படி செய்துதான் (மாட்டுக்காரன் செய்வதைப் போல) எழுதி வாங்கினேன். காரணம், தமிழ் இலக்கியம் படித்தவர்கள்,

அதன் பயனைத் தான் மட்டும் துய்க்காமல் பலருக்கும் பயன்பெறச் செய்ய வேண்டும் என்பதால்தான்.

குடும்பப் பின்னணியும், நேரமின்மையுமே எழுதாததற்குக் காரணம் என்பார் தோழி. இப்படித்தான் படித்த (தமிழ் இலக்கியம்) பெண்கள் பலர் தங்கள் குடும்ப சூழ்நிலையால் தங்களது அருமையும் திறமையும் வெளியே தெரியாமல் வாழ்கிறார்கள். அவர்களுள் மகியும் ஒருவர்.

என்றாலும், அதையும் தாண்டி அவர் இந்த இளம் முனைவர் பட்ட ஆய்வை மேற்கொண்டார் என்று அறிந்தபோது நெகிழ்ந்து போனேன். ஆய்வேடு முழுவதையும் படித்து அவரது கவிதை இலக்கியத் திறனாய்வு கண்டு வியந்தேன். தாராபாரதி கவிதைகளின் வீரியத்தை உணர்ந்தேன். அந்த வகையில் இந்த ஆய்வு மிகச்சிறந்த திறனாய்வு நூலாகவும் திகழ்கிறது.

இதை வரிக்கு வரிக்குப் படித்துவிட்டு, அணிந்துரை கொடுத்ததோடல்லாமல் திருத்தமும் செய்து கொடுத்த பெருங்கருணையாளர் திரு மலர்மகன் அவர்களின் புகழும் பெருமையும் தமிழ் உள்ளவரை மணக்கும் - மணம் பரப்பும்.

தோழி மகி அவர்கள் மேன்மேலும் இதுபோன்ற பல படைப்புகளைத் தமிழ் இலக்கிய உலகுக்கும், கவிதையுலகுக்கும் படைத்தளிக்க வேண்டும் என்று இறைவனைப் பிரார்த்தித்து அவரை வாழ்த்தி மகிழ்கிறேன்.

இன்ப அன்புடன்

இடைமருதூர் கி.மஞ்சுளா

என்னுரை

பன்னெடுங்காலமாக எண்ணிலடங்கா அறிஞர்கள் பலரை இன்றுவரை உருவாக்கிக் கொண்டிருக்கும் அண்ணாமலைப் கழகத் தொலை தூரக் கல்வி இயக்ககத்தின் தமிழ்த் துறையில் இளம் முனைவர் பட்டத்திற்கு ஆய்வு நிகழ்த்த அனுமதி அளித்த பல்கலைக்கழக மேலாண்மையினர்க்கு என் நன்றியைத் தெரிவித்துக்கொள்கிறேன்.

'தாராபாரதி கவிதைகளில் இலக்கிய நலம்' எனும் தலைப்பில் ஆய்வு நிகழ்த்த அனுமதி அளித்த தமிழியல் துறைத் தலைவர் அவர்களுக்கும், தொலைதூரக் கல்வி இயக்கக இயக்குநர் அவர்களுக்கு என் பணிவார்ந்த நன்றியைத் தெரிவித்துக் கொள்கிறேன்.

ஆய்வுப் பணியில் என்னை முழுமையாக ஈடுபடச் செய்து, இவ்வாய்வேடு செம்மையாக

அமையக் காரணமாகிய என் நெறியாளர் **முனைவர் பெ.இலக்குமிநாராயணன்** அவர்களுக்கு என் உளமார்ந்த நன்றியைத் தெரிவித்துக் கொள்கிறேன்.

மேலும் இவ்வாய்வுக்குத் தேவையான நூல்களைத் தந்துதவிய மறைமலை நூலகத்திற்கும், தேவநேயப் பாவணர் நூலகத்திற்கும் என் நன்றியைத் தெரிவித்துக் கொள்கிறேன்.

மேலும் இவ்வாய்வேட்டினை நூலாக்கம் செய்ய விழைந்தபோது தன் இடையறாப் பணியிலும் அருமையான அணிந்துரைத் தந்து என்னை சிறப்பித்த கவிஞர் தாராபாரதியின் சகோதரர் **திரு. மலர்மகன்** அவர்களுக்கு என் நன்றியை மனமாரத் தெரிவித்துக் கொள்கிறேன்.

என்றுடைய ஒவ்வொரு முயற்சியிலும் எனக்கு உறுதுணையாக இருந்தது மட்டுமல்லாமல் இந்நூலுக்கு வாழ்த்துரை தந்து என்னை ஊக்கப்படுத்திய என் அருமைத் தோழி **இடைமருதூர் கி. மஞ்சுளா** (தினமணி உதவி ஆசிரியர்) அவர்களுக்கு என் நன்றியை நவில்கிறேன்.

இவ்வாய்வேட்டை அழகிய வடிவில் நூலாக்கம் செய்து கொடுத்த மழலைக்கவிஞர் திரு. **கன்னிக்கோவில் இராஜா** அவர்களுக்கும், செம்மையாகத் தட்டச்சு செய்து கொடுத்த **தோழர் வெங்கடேஷ்** அவர்களுக்கும் என் நன்றி

இவ்வாய்வேடு சிறப்புற அமைய எனக்கு ஒத்துழைப்பு நல்கிய என் கணவர் **ரா. சிவக்குமார்** மற்றும் நண்பர்களுக்கும் என் நன்றியைக் கூறிக் கொள்கிறேன்.

இவண்

- மகேஸ்வரி

எஸ். மகேஸ்வரி
21/79, காமராசர் சாலை,
மூலக்கடை (கொடுங்கையூர்)
சென்னை - 600 118.
7338935899

பொருளடக்கம்

பாடுபொருள்

இயல் ஒன்று

ஒரு பொற்காலம் புலர்ந்திருக்கிறது! இந்தப் பொன் விடியலுக்காக, நான் காத்திருந்த காலம் மிக அதிகமே. ஆயினும், என் வேள்வி வீணாகி விடவில்லை! தமிழுக்கு ஓர் உண்மையான கவிஞர் கிடைத்திருக்கிறார்! பாரதி என்கிற இமய சக்தியிலிருந்து, 'தாராபாரதி' என்கிற ஜீவநதி பிரவாகம் எடுத்திருக்கிறது...

- இலக்கியவீதி இனியவன்

இயல்: 1

பாடுபொருள்

சுவரில்லாமல் எப்படி சித்திரம் வரையமுடியாதோ அதேபோன்று பாடுபொருளின்றி ஒரு கவிதையை உருவாக்க முடியாது. எடுத்துக் கொண்ட பாடு பொருளானது உயர்ந்த கருத்தையே உணர்த்துவதாக அமையவேண்டும். “பாடுபொருள், உட்பொருள், கருப்பொருள் எனப் பல்வேறு சொற்களை எடுத்தாளலாம். எவ்வகை இலக்கியமாயினும் அவ்வக் காலச்சூழலுக்கேற்ப அதன் பாடுபொருள் அமைக்கப்படும்”. என்கிறார் டாக்டர் வீ. உண்ணாமலை.

இன்றைய உலகில் ஒரு நாடு, ஓர் ஊர், ஒரு சமுதாயம் ஏன் ஒரு தெருவை எடுத்துக் கொண்டால்கூட ஆயிரமாயிரம் பிரச்சினைகள், அப்பிரச்சினைகளை எதிர்கொள்ள மக்கள் எடுத்துக் கொள்ளும் முயற்சியானது கம்பிமேல் நடக்கும் கழைக் கூத்தாடியின் நிலைதான். இன்றைய மனித வாழக்கையின் சிக்கல்களை எடுத்துக் கொண்டால் அப்பட்டியல் நீண்டுகொண்டே போகும். இலஞ்சம், விலைவாசி உயர்வு, வேலையில்லாத் திண்டாட்டம், வறுமை, விதவை நிலை, கலப்படம், சாதிக்கொடுமை, பெண் விடுதலை போன்ற பல துறைகளை நிலைக்களன்களாகக் கொண்டு புதுக் கவிஞர்கள் தங்கள் திறமையைக் காட்டுகின்றனர்.

“நடுத்தர வர்க்கத்தைச் சார்ந்த மனிதனுக்குக் காதல், வேலை வாய்ப்பு, வறுமை, வரதட்சணை, விலைவாசி என்று அவனுக்கு நேரும் உணர்வனுபவங்களை இன்றைய புதுக்கவிஞர்கள் வெளியிடுகின்றனர்,” என்று கவிஞர் பாலா

கூறுவார். இவர் கூற்றுப்படி பார்த்தால் கவிஞர் தாராபாரதி அவர்கள் அந்த எல்லையோடு நின்று விடவில்லை. தனி மனித சிக்கல்களைக் கூறுவதோடு மட்டுமல்லாமல், ஒரு சமுதாயத்தில் ஏற்படும் அனைத்துச் சிக்கல்களையும், தன் கவிதைக்குப் பாடுபொருளாக வைத்துள்ளார். ஒரு தீயைப் பாடு பொருளாக வைத்துச் சமுதாயக் கொடுமைகளைக் காட்டுகிறார். ஒரு தார்க்கோலை வைத்து தேசத்தின் உயிர் நாடியான விவசாயத்தின் பெருமையைக் கூறுகிறார்.

நிலைக்களன்:

ஒரு சமூகத்தில் எத்தனையோ சிக்கல்கள் இருக்கலாம். அதைப்பற்றி எத்தனையோ கவிதைகள் வந்திருக்கலாம். ஆனால் இச்சிக்கல்களுக்கெல்லாம் காரணம் யார்? அல்லது எது? இவையெல்லாம் விளங்கக் கவிதை பாடியிருக்கிறார், கவிஞர் தாராபாரதி. குடிசையிலிருந்து கோபுரம் வரை அனைத்துமே சிக்கல்களின் இருப்பிடம்தான். 'சனநாயகத்தின் சமதர்மம் சவமாகப்படுத்திருக்கிறது. வறுமை, சாதி, வர்க்கபேதம், பெண்ணடிமை, இந்த நான்கும் பிணந்தூக்கிகளாகி அதைச் சுமந்து கொண்டுபோகின்றன. "சுரண்டல்' கொள்ளிச் சட்டியோடு முன்னால் நடக்கிறது. சுதந்திரம் பின்னால் ஒப்பாரி வைக்கிறது". என்று கவிஞர் மனம் வருந்திக் குறிப்பிடுகிறார். இத்தகைய சீர்த்திருத்தக் கருத்துகளே இவர்தம் கவிதைகளில் பாடுபொருள் அமையும் நிலைக்களன்களாக உள்ளன என்பதே தெளிவான உண்மை.

மொழிப் பற்றும் நாட்டுப் பற்றும்

"செந்தமிழ் நாடெனும் போதினிலே - இன்பத்
தேன்வந்து பாயுது காதினிலே!"

என்று செந்தமிழையும், செந்தமிழ் நாட்டையும் ஒருமித்து நமது செவிகளுக்கும், மனதுக்கும் இன்பத் தேனைப் பாய்ச்சிய பாட்டுக்கொரு புலவனாம் பாரதியின் பரம்பரைக் கவிஞன் தான் நம் புதுமைக் கவிஞர் தாராபாரதி! அதனால்தான் தம்முடைய முதற்படைப்பான, 'புதிய விடியல்கள்' என்னும் கவிதை நூலிலே,

"கவிதைக் கொரு கோவில் - நம்
கன்னித் தமிழ் தீபம்!
அவன் பாரதி போற்றி! அவன்
அடிகள் நலம் போற்றி!"

என்று பாரதியைப் போற்றித் தன் கவிதையைத் தொடங்குகிறார்.

"இன்னொரு சிகரம் என்னும் தமது படைப்பிலே, பாரதியின் பாதத்திற்குத் தம் பாக்களால் அர்ச்சனை செய்கிறார்.

பாரதியே -
எட்டய புரத்து வீதிகளில் - நீ
எடுத்து அடிகள் வைத்தவுடன்
எட்டியிருந்த இமயத்தில்
இன்னொரு சிகரம் முளைத்தது!"

என்று கவிதை நூலுக்கு அவரையே தலைப்பாக வைத்துப் போற்றுகிறார்.

தமிழை உயிராகக் கருதுபவர். தமிழைத் தரக்குறைவாகப் பேசுபவர்களைத் தன் தமிழாலேயே தலைகுனிய வைப்பவர். தமிழ் மேல் தான் கொண்ட காதலை ஒவ்வொரு தமிழனும் பெறவேண்டும் என்ற தீராத ஆசையை தன் நெஞ்சில் கொண்டவர். அதனால்தான்,

"என்னருமை இளந்தமிழா!
கொஞ்ச நேரம்
என்னோடு தாய்மொழியில்
பேசலாம் வா!

என்று தமிழ்ப்பேச இளந்தமிழனை உரிமையோடும், உவகையோடும் அழைக்கிறார். தன்னோடு ஒரு தமிழனை பேசவைத்துவிட்டால் அவனை தமிழ்ப் பற்றுடையவனாக்கி விடலாம் என்னும் தன்னம்பிக்கை உடையவர். அதற்கான திறனும், சக்தியும் கவிஞருக்கு உண்டு.

தமிழனாய்ப் பிறந்தும் தமிழனாய் வளர்ந்தும் தமிழ்மேல் பற்றில்லாமல் இருக்கும் தமிழர்களின் நிலை கண்டு உளம் நோகிறார். உயிருக்கு எப்படித் தாய்ப்பால் முக்கியமோ, அதுபோல் ஒரு தமிழனின் உணர்ச்சிகளுக்குத் தமிழ்ப்பால் முக்கியம்.

முப்பால் செப்பிய நெறிமுறைகள் தமிழுக்கு அப்பால் உள்ள வேறு எந்த மொழியிலும் காணப்படவில்லை. அத்தகு சீர்மிகு சிறப்புகளைக் கொண்ட நம் தமிழ்மொழிமேல் தமிழனுக்கே விருப்பில்லாமை கண்டு கொதிக்கிறார்! வார்த்தைகளை எரிமலையாக்கி வாசிப்போர் நெஞ்சிலே வெடிக்கிறார்.

“அன்னை மொழி
கற்பதற்கேன் தயக்கம்?
அயல் மொழிமேல்
உனக்கென்ன மயக்கம்?
அன்னையவள் தமிழாட்சி
உனது நாட்டில்;
அயல் மொழியின்
அரசாட்சி உனது நாக்கில்!

என்று அன்னை மொழியை புறக்கணித்தவர்களை அம்புச் சொற்களால் அவர்களின் இதயத்தைத் தைக்கிறார். அயல் மொழியில் மையல் கொண்டு தமிழ்க் கொலை செய்பவர்களைச் சிந்திக்க வைக்கிறார். வெள்ளையன் கொள்ளையடித்தது நம் தாய்நாட்டுச் செல்வங்களை; அதற்குப் பழிதீர்க்கத்தான் அவன் தாய்மொழியைக் கொள்ளையடித்தாயோ என்று மறைமுகமாகக் கூறுகிறார்.

போனது போகட்டும். ஆவதைப் பார்ப்போம் என்று ஓர் உன்னத ஆசிரியனாய் தமிழ் நிலைக்க, பலவீனமடைந்து கிடக்கும் நம் தமிழ்த் தாயை பலமடையச் செய்ய மேற்கொள்ள வேண்டிய முயற்சிகளை தமிழன் முன் பட்டியலிடுகிறார்.

தமிழ் உணவு
பெற வேண்டும்
நரம்புக் குள்ளே;
தமிழ் உணர்வு
வரவேண்டும்
வீடு தோறும்;
தமிழ் நினைவு
இனி வேண்டும்.
கல்விக் கூடம்

தமிழ் நிலைக்க
விட வேண்டும்!
இலக்கியத்தில்
தமிழ்ப் புனைவு
மிக வேண்டும்;
கலைகள் யாவும்
தமிழாகத் தமிழன் தான்
முயல வேண்டும்!"

என்று தமிழனின் கடமைகளை அறிவுறுத்தி இவை எல்லாவற்றையும் தமிழன்தான் செய்ய வேண்டும் என்று உரிமையோடு கட்டளையிடுகிறார். முதலில் நம் உடலுக்குள் தமிழ் நுழைய வேண்டும். பின் நம் வீடுதோறும் தமிழ் நிறைந்திருக்க வேண்டும். பிறகு ஒவ்வொரு துறையிலும் தமிழின் கரங்கள் உயர்ந்திருக்க வேண்டும் என்று ஒவ்வொரு படியாகத் தமிழைத் தமிழன் தன் வசப்படுத்திக் கொள்ளவேண்டும் என்று மிக அழகான வரிகளால் சொல்லி மகிழ்கிறார் கவிஞர்.

'கற்றது கைம் மண்ணளவு; கல்லாதது உலகளவு' என்பது அனைவரும் அறிந்த ஒன்று. இங்கு தமிழின் அளவை தாராபாரதி தலை நிமிர்ந்து கூறுகிறார். நம் தாய் மொழியானது கடலினும் பெரிது அந்த வானத்தை விட உயர்ந்தது என்பதை நேரடியாகக் கூறாமல் குறிப்பு மொழி மூலம் கூறி பூரிக்கிறார்.

"தாய் மொழியில்
பாய்மரத்தை
விரிக்கலாம், வா!
தமிழ்ச் சிறகால்
வானத்தை
அளக்கலாம், வா!"

என்று நம்மை எல்லாம் பெருமையுடன் அழைக்கிறார். தமிழ்க் கடலில் நீந்தவும், தமிழ் வானில் பறக்கவும் உண்மைத் தமிழனுக்கு கசக்குமா என்ன?. இவற்றையெல்லாம் அனுபவித்த நம் தமிழ்ப் பித்தன் தாரா பாரதி அவர்கள் தாம் பெற்ற இன்பம் பெறுக இவ்வையகம் என்னும் பரந்த மனப்பான்மையில் நம்மையெல்லாம் அன்புடன் வரவேற்கிறார்.

'தேர்ந்த தமிழ்ச் சொற்களைச் சரியானபடி பொருத்துகின்ற பாங்கும், "வயலின் வித்துவான்' போன்ற பதச் சேர்க்கைகளும் கவிஞரின் தமிழறிவுக்குச் சான்றாக விளங்குகின்றன" என்று இரண்டாம் நக்கீரன் இவரைப் புகழ்கிறார். இத்தகு தகுந்த சொற்களால் தமிழுக்கு வழிகாட்டிய தாராபாரதியின் தமிழ்ப் பற்று பாராட்டுக்குரியதாகும்.

தேசிய உணர்வு

உணர்வுகள் தாம் ஒவ்வொரு மனிதனையும் செப்பனிடுகின்றன. அவ்வுணர்வுகள் பல்வேறு வகைப்படும். ஒவ்வொன்றும் ஒவ்வொரு விதத்தில் இன்றியமையாதவையே. அவற்றுள் தேச உணர்வு என்பது பல்வேறு உள்ளடக்கங்களைக் கொண்டதாகும். ஒரு தேசத்தில் காணப்படும் சீர்கேடுகள் எண்ணற்றவை. அவற்றைக் காணும்போது நம் தேகமெங்கும் துடிப்பது போன்ற உணர்வுதான் தேச உணர்வு. அத்தகைய துடிப்பைக் கொண்டவர் தாராபாரதி அதனால்தான் ஏழைகளின் நிலைமையைக் கண்டு கொதித்தெழுகிறார்.

"எங்கள் தேசம்
பாரத தேசம்
ஏழையைத் திரும்பிப்
பாராத தேசம்
எங்கோ நடந்த சூதுகளால்
இவர்கள் பெற்றது தெருவாசம்
இந்தத் தரும புத்திரர்க்கு
இந்திய நாடே வனவாசம்".

என்று ஏழைகளை பாண்டவர்களுக்கு உவமை கூறுகிறார். வந்தாரை வாழவைக்கும் நம் பாரத தேசத்தில் பிறந்தவர்க்கு தெருவாசமா? இத்தகைய நிலைக்கு நம் தேசத்தை ஆளாக்கிய எத்தர்கள் யார்? அவர்கள் செய்த சூதுதான் என்ன? என்று ஏழைகளுக்கு நடக்கும் கொடுமையை எண்ணி எண்ணி இத்தனை வினாக்களையும் ஒரே வரியில் கேட்கிறார்.

"..................................
இந்தியத் தாயின் மார்பகங்கள்
ஈரம் வற்றிப் போனது ஏன்?"

என்று வேதனையோடு வினவுகிறார். பாரதத்தின் நிலையை நினைந்து கண்ணில் நீர் வற்றிய பின்தான் இவர் இவ்வரிகளைப் படைத்திருக்க வேண்டும்.

'தேசத்திற்கு நாம் என்ன செய்தோம்' என்ற கேள்வியைக் கேட்டு, உழைக்க வேண்டும் என்று பதிலளிக்கிறார்.

இந்தத் தேசத்தின் மைந்தர்கள் அனைவரும் ஒற்றுமை உணர்வுடன் வாழவேண்டும். அந்த ஒற்றுமையுணர்வு நாட்டுப் பற்றில் அமைந்து விட்டாலோ, அந்நாட்டின் உயர்வுக்கு ஓர் எல்லையும் உண்டோ? அது மட்டுமன்று, இவர்களின் உழைப்பால் நம்தேசத்தில் புதிய காற்று வீசவேண்டும். அக்காற்று மனிதர்களுக்கு மட்டுமின்றி ஒவ்வொரு துறையிலும் புகுந்து புத்துணர்ச்சி ஏற்படுத்த வேண்டும். வளங்களைப் பெருக்க வேண்டும். பொய், பகை, அழுக்கு போன்றவற்றையெல்லாம் புறமுதுகிட்டு ஓடச் செய்ய வேண்டும். இவைதாம் கவிஞரின் எண்ணம், இலட்சியம்; எனவேதான்,

"இளைஞனே -
வழிவிடு; புதிய காற்றை
வரவிடு; அழுக்கு நெஞ்சைக்
கழுவிடு; பகைநட் பாக்கிக்
கைதொடு! பொதுவில் வாழப்
பழகிடு; பொய்மை யாவும்
பலியிடு! அன்னைதேசம்
தொழுதிடு; அமைதி வாழ்வைத்
தொடங்கிடு; தோழா இன்றே!"

என்று எழுச்சி பொங்க முழங்குகிறார். புதுமைகள் நிறைந்த பாரதத்தை நம் மனக் கண்ணில் காட்சியாக்குகிறார்.

மேலும் ஓர் இளைஞன் திருமணமான புதிதில் தன் எண்ணத்தைத் தன் மனைவி தாராவிடம் கூறும் பொழுது அவன் நெஞ்சத்தில் நாட்டுப் பற்று எந்த அளவு ஊறிக் கிடந்தது என்பதை கவிஞர் தம் கவிதையில் இவ்வாறு காட்டுகிறார்.

"தேக சுகம் பெரிதல்ல தாரா! இந்தத்
தேச சுகம்தான் நமக்குப் பெரிது; பருவ
தாகத்தைத் தணித்திருப்பாய், சுதந்திரத்தின்
தாகத்தை நான் தணிக்கும் வரையில்"

என்று கூறும் அவ்விளைஞன் வேறு யாருமல்லன். வங்கத் திலகம், வீரத் தோன்றல் வரலாற்றில் வாழுகின்ற மங்கள் பாண்டேதான். தாய்நாட்டு விடுதலைக்கு பலசிங்கங்களைத் தந்ததல்லவா இந்த வங்கம். இந்த மங்கள் பாண்டேவாய் ஒவ்வொரு இளைஞனும் இன்று உருவெடுக்க வேண்டும் என்பதே கவிஞரின் பேராவல்.

அந்த எழுச்சிக் கவிஞனின் ஆவல் செயல் முறையானால் நம் இந்திய தேசம் எவ்வாறெல்லாம் இவ்வுலக அரங்கில் உயர்ந்து காணப்படும் என்பதை.

“வெண் பனிச் சுவரில்
எழுதிய புகழை
விண்மீன் கூட்டம்
வாசிக்கும்!
எண்டிசையாவும்
பண்டைய மரபின்
இந்தியக் காற்றைச்
சுவாசிக்கும்”

என்று கற்பனை செய்கிறார். நம் தேசம் அந்நிலையை அடைந்தால் பெருமை நமக்குத்தானே, “இந்தியா” என்ற சொல்லைக் கேட்டால் இவ்வுலகம் திரும்பிப் பார்க்கவேண்டும். அதற்கு இன்றே நாம் உழைத்திடல் வேண்டும்.

வறுமையும் ஒருமைப்பாடும் :
“பஞ்சமோ பஞ்சமென்றே - நிதம்
பரிதவித் தேஉயிர் துடிதுடித்துத்
துஞ்சி மடிகின்றாரே - இவர்
துயர்கதை தீர்க்கவோர் வழியில்லையே!”

என்கிறார் பாரதியார்.

காலங்காலமாய் நம் நாடு பண்பாடு, கலாச்சாரம், தொழில் துறை போன்றவற்றில் வளர்ந்து கொண்டிருந்தாலும், இந்த வறுமையும், ஏழ்மையும் கைகோர்த்துக் கொண்டு ஒரு தனியிடத்தைப் பிடித்து வைத்துக் கொண்டிருக்கின்றன. நாடு முன்னேற்றப்பாதையில் செல்ல இவை தடைக் கற்களாகவே கிடக்கின்றன. ஒரு சாண் வயிற்றுக்குப் போராடும்

உழைப்பாளியின் எண்சாண் உடம்பும் உழைத்து உழைத்து புண்தான் மிஞ்சியதே தவிர வேறெதுவுமில்லை. மூன்று வேளையும் வயிறார உண்ணும் அந்த வாழ்க்கை அவனுக்குக் கிடைக்கவில்லை.

முதலாளித்துவம் என்பது தொன்று தொட்டுவரும் ஒரு பரம்பரை வியாதியாகவே போய்விட்டது இச்சமுதாயத்தில். அந்த முதலாளிகளின் பேராசைகள் என்று ஒழியும்? இந்த உழைப்பாளிகளின் ஆசைகள் என்று கைகூடும்? இந்த எழைகளின் வாழ்வு, ஏற்றமின்றிப் போனதற்கு இந்த முதலாளிகளே காரணம் என்பதைக் கடுமையாகக் கண்டிக்கிறார்.

"உனது புறங்கைத் தேனையும்
உன் முதலாளியே
நக்கித் துடைக்கிறான்!
தொழிலாளியே!
தேனீக் கொடுக்கின்
தழும்புகள் உனக்கு;
தேனடை கூட
எசமான் நாய்க்கே!"

என்ற கடின வார்த்தைகளால் முதலாளி வர்க்கத்தின் முகத்திரையைக் கிழிக்கிறார். எளியோர்களின் நிலைகண்டு இதயம் வருந்தும் இரக்கம் கொண்டவர் தாராபாரதி அவர்கள்.

உடம்பில் இதயம் என்பதாக அன்றி, உடம்பே இதயமாக இருக்கிறது ஒரு சிலருக்கு அந்த மிகச் சிலருள் ஒருவர்தாம் அருமையான ஐந்து நூல்களையும் அற்புதமான சிந்தனைகளையும், ஆயிரக்கணக்கான மாணவர்களையும் இந்த உலகுக்குத் தந்த சிறந்த படைப்பாளி, கவிஞர் தாராபாரதி.

எத்தனையோ அறிஞர்களும், சிந்தனாவாதிகளும், வள்ளல்களும் வாழ்ந்த இந்த நாட்டில் எங்கு சென்றாலும் ஏந்திய கைகளைத் தாம் பெரும்பாலும் காணமுடிகிறது. கோயில் முதல் கோட்டை வரை எதற்குத்தான் கையேந்துவது என்னும் நினைவே இன்றி இன்று வறுமையின் பிடியில் தடுமாறும் நம் நாட்டைப் பற்றிப் பேசும் பொழுது

"ஏந்தல்கள் வாழ்ந்த நாட்டில்
ஏதற்கெடுத் தாலும் இன்று
ஏந்தல்கள் கையேந்தல்கள்!
ஏனிந்த பலவீனங்கள்"

என்று அக்கறையோடு வினவுகிறார்.

தாம் பிறந்த தாய்நாட்டில் தமக்கென ஒரு முகவரி இன்றி வாழும் ஏழைகளின் சார்பாக வெகுண்டெழுகிறார். இவர்களைத் தேவைப்படும்போது பயன்படுத்திக்கொண்டு தேவையில்லாதபோது பாராமுகமாய் இருக்கும் பல அரசியல்வாதிகளை வார்த்தைகளால் வாட்டுகிறார்.

"முதல்முறை மக்கள் கணக்கெடுப்பில்,
மறுமுறை தேர்தல் வாக்கெடுப்பில்;
அதன்பின் இவர்நிலை புறக்கணிப்பில்,
ஆயுள் வரைக்கும் இருட்டடிப்பில்!
அன்னை தேயத்தின்
அநாம தேயங்கள்
ஏழைகள்!"

என்று சொந்த நாட்டில் தொலைந்து போனவர்களுக்குத் தோள் தர முன் வருகிறார்.

"ஏழ்மைக் கடலில்
இந்த நாட்டுப் பாய்மரக்கப்பல்
தத்தளித்தபோது
கூப்பிட்டுக் கரைக்குச் சேர்க்கத் துடித்த
ஒரு பருவக் காற்றவன்"

என்று பாரதியைக் கவிஞர் தேனரசன் பாராட்டிப் புகழ்கிறார். அதே கருத்தை கவிபாடியிருக்கும் இந்த தாராபாரதியும் ஒரு பருவக் காற்றாகவே நம் கண்ணுக்கு புலப்படுகிறார்.

வறுமையின் வாரிசுகளான இவர்களுக்கு இடையே ஒருமைப்பாடு இல்லாததால் இவர்கள் எவ்வாறெல்லாம் ஏமாற்றப்படுகின்றனர் என்று தெளிவாகக் கூறுகிறார். கடவுளே இந்த ஏழைகளின் நிலையை எடுத்துரைப்பதாக எழுதுகிறார்.

கடவுள்: என்சொத்து பொதுவுடமை
எல்லார்க்கும் சமவுரிமை!
பங்கிட்டுக் கொண்டநீங்கள்
பங்காளிப் பகை வளர்த்தீர்!
வலுத்தவன்
பறித்தெடுத்தான்
இளைத்தவன்
பறிகொடுத்தான்.
தன்னலங்கள்
தன்னினத்தைச்
சுரண்டிச் சேர்த்த
தனலாபம், ஏழைக்கு
பாவம், சாபம்!"

என்று கூறுகிறார். யானை தன்மேல் தானே மண்ணைப் போட்டுக் கொண்ட கதையாக இறைவன் படைப்பில் அனைவரும் சமம், ஆனால் உட்பூசல் கொண்டும் ஒருவரை ஒருவர் பகைத்துக் கொண்டும் இருப்பதால் நடுவில் வரும் சுயநலவாதி சுரண்டிக் கொண்டு போய்விடுகிறான். இதில் நானெங்கே குற்றவாளி? என்று கடவுளே மனிதனிடம் மனித இனத்தைப் பற்றிப் பேசுவதாக அருமையாகக் கவி புனைந்துள்ளார்.

இந்திய ஒருமைப் பாட்டையும் தேசிய ஒற்றுமையையும் விரும்புகின்ற கவிஞர்.

"கண்ணைப்போல் தன்னினத்தைக்
கருதவேண்டும்
கௌரவமாம் மேல்பூச்சை
அகற்ற வேண்டும்.
என்னினத்தான் என்றணைத்துக்
கொள்ளவேண்டும்.
ஏழைகளின் தொண்டினிலே
சிறக்க வேண்டும்"

என்று ஒற்றுமை கீதத்தை உறுதியோடு இசைக்கிறார்.

ஒவ்வொருவரிடமும் சமத்துவம் என்னும் சக்தி இருக்குமானால் அந்நாட்டில் தீய சக்திகளுக்கு வேலையே

இருக்காது. ஏழையின் வீட்டில் எடிசன் பிறப்பான். பணம் படைத்தவரிடம் ஒரு 'சித்தார்த்தன்' பிறப்பான். ஒருமைப்பாடு என்று வாய்நிறைய சொல்லி வாழ்க்கையை ஓட்டிக் கொண்டிருக்கும் எத்தனையோ பேரிடம் இந்த சமத்துவப் பண்பு தோன்றுமானால் அங்கே பல சரித்திர புருஷர்களும் தோன்றுவார்கள் என்பது உள்ளங்கை நெல்லிக்கனி.

இந்த வறுமை போக்கும் வகையான மருந்தொன்றை கடவுளின் வாயிலாகவே மக்களுக்கு உணர்த்துகிறார்.

கடவுள்: "கேள்,
அதிகாரங்கள் சுரண்டியதை
அரசியல் கைகள் சுருட்டியதை
முதலை வாய்க்குள்
விழுங்கியதை - முதலில் மீட்கப்
படை திரட்டு
புறப்படு, போய் வா!"

என்று புத்தி புகட்டி புதுத் தெம்புடன் மனிதனை படைத்திட்ட கடவுள் அனுப்புகிறார். தன் எண்ணக் கிடக்கைகளையெல்லாம் கடவுள் கூறுவதுபோல் கூறி நிறைவேற்றிக் கொள்கிறார். ஏழை என்னும் பொம்மை, இச்சமுதாயத்தில் உள்ள அதிகார வர்க்கங்களால் சின்னாபின்னமாவதைச் செம்மையான முறையில் கூறுகிறார்.

இந்தப் பகைவர்களை அழிக்க அனைவரும் ஒருமைப்பாடுடன் படை திரட்டிச் செயல்பட்டால்தான் சுரண்டும் வர்க்கங்களின் சூழ்ச்சியை முறியடிக்க முடியும் வறுமையின் பிடியிலிருந்து நம் நாட்டைக் காத்திட முடியும் என்று திட்டவட்டமாக முடிவெடுக்கிறார்.

சாதிவெறியும் சங்கடங்களும்:

"சாதிகள் இல்லையடி பாப்பா - குலத்
தாழ்ச்சி உயர்ச்சி சொல்லல் பாவம்:"

என்று கூறுகின்ற பாரதியின் மனப்பாங்கைத் தன்னுள் கொண்டவர்தான் தாராபாரதி. சாதிகள் பற்றி தன்னுடையக் கருத்துகளை வேரிலிருந்து விழுது வரை விளக்கமாகக் கூறுகிறார்.

ஒவ்வொரு கவிதையும் ஒவ்வொரு தீப்பந்தமாக இனவெறியைச் சுடுகிறது.

புரட்சி என்றால் அவை நாடும் வீடும் அமைதியுறும் வகையில் எழவேண்டும். சமுதாயத்தில் புரையோடிப் போன பல சீர்கேடுகளின் வேரறுக்க எழும் புரட்சிகள் அனைத்துமே மக்களின் பேராதரவைப் பெற்று விளங்கின என்பது கண்கூடு. ஆனால் தீய சக்திகளுக்காக எழும் புரட்சியை அடியோடு ஒழித்தால்தான் நாட்டில் அமைதி ஏற்படும் என்பதை

"இனவெறியில்
எழும் புரட்சித்
தீ அணைத்தால்
இதயங்கள் ஒன்றுபடும்;
ஒருமை சேரும்!
சினமென்னும்
தீ அணைத்தால்
நாடும் வீடும்
சிரித்தபடி வாழும்

என்கிறார். சாதியை வளரவிட்டால் நீதி தேவதை மடிந்து போவாள். நாட்டில் பல கலவரங்கள் நடக்கும். அப்பாவி மனிதர்கள் மடிவார்கள். அக்கிரமக்காரர்களுக்கு வரவேற்பு அதிகமாகும். எனவே இந்தத் தீயை எல்லாம் அணைக்க வேண்டும் என்றால் முதலில் சாதித் தீயைக் கொளுத்து, அச்சாதி வெறியினால் தோன்றும் கோபத் தீக்கு எரியூட்டு என்று கனல் பறக்க கூறுகிறார்.

கடவுளைக் காணச் சென்றால் அங்கும் இந்த வருணபேதம் வாசலிலேயே நிற்கிறது. இறந்தவனைக் புதைக்கச் சென்றால் அங்கும் இந்த ஏற்றத்தாழ்வு ஏளனம் செய்கிறது. மனிதர்கள் மறந்து போன ஒன்று அந்த மனிதர்களையே மண்ணுக்குள் தள்ளப் பார்க்கிறது. அதுதான் சகோதரத்துவம். நாம் அனைவருமே ஆதியில் ஒரு தாய் வயிற்றில் பிறந்த கிளைகள்தாமே. நம்முள் ஏன் அந்த சகோதர பாசம் இன்றி தீவுகள் போல் தனித்திருக்கிறோம், என்று நம்முடைய முட்டாள் தனத்தை சுட்டிக் காட்டுகிறார்.

“கருவறையில் வர்ணபேதம்
போகவில்லையே - இங்கு
கல்லறைகள் கூட ஒன்று
சேர வில்லையே!
ஆதிமகள் ஓரன்னையின்
ஈவுகள் தானே - அந்த
நீதியினை மறந்தால் நாம்
தீவுகள் தானே!”

என்று புரியும் வண்ணம் பேசுகிறார். உயிருள்ளவரிடையே தான் இந்தச் சாதிப்பேய் தலைவிரித்தாடுகிறது. ஆனால் கல்லறையில் உறங்கும் அந்த உடல்களிடம் கூடவா சாதியைத் திணிக்கவேண்டும். இதையெண்ணிப் பகுத்தறிவு மனிதனைக் கண்டு வெட்கப்படுவதா அல்லது வேதனைப் படுவதா என்ற நிலைதான் நமக்கு!

இச்சாதிக் கொடுமை போக எத்தனையோ கவிஞர்கள் பேனா முனையில் பேசிப் பேசி ஓய்ந்தனர். ஆனால் சாதியைப் பற்றி பேசியதோடல்லாமல் அச்சாதி ஒழிப்பிற்காகத் தம்மையே கொடுத்திட்ட கவிஞர் மகாகவி பாரதியார் அவர்தம் அரிய செயலைத் தம்முடைய கவிதையிலே மாலை கட்டுகிறார்.

“புதுவிதி கண்ட உன்னைப்
பூணூலார் விலக்கி வைத்தார்
விதிவிலக் கானாய்; சாதி
விதிகளை விலக்கி வைத்தாய்!
வெற்று ‘மை’யால் சிலர் - இங்கு
வேற்று மையை விளைக்கையில்
ஒற்று மைக்கு விதை தூவி
ஒருமை யினை வளர்த்தவன் நீ!”

என்று பாரதியைப் புகழ்ந்து போற்றும் பொழுதே இந்தச் சாதிவெறியாளரின் தகாத செயல்களைக் கூறுகிறார். இச்சாதிச் சங்கிலியை துச்சமாகத் தூக்கியெறிந்தவர் பாரதி. அதுபோல் ஒவ்வொருவரும் சாதிக்குச் சமாதிக் கட்டுவாரேயானால், மானும் புலியும் ஒரே குட்டையில் நீரருந்துவதாக ஒரு செய்தி இருப்பது போல் உயர்ந்த சாதியும், தாழ்ந்த சாதியும் கடவுளின் கருவறையில் கைபிடித்து ஒரே சாதியாய் உருமாறும் என்று

தாராபாரதி தன்னுடைய சமத்துவ உணர்வைச் சரளமாக எழுதுகிறார்.

எனவே இந்த நிலை மாற வேண்டும். அனைவரின் உடம்பிலும் ஒரே உறுப்புகள் தாம் ஒரே உணர்வுகள்தாம்; ஒரே நிகழ்வுகள்தாம். எனவே நம் மனமென்னும் அமைதி தெய்வத்தை நித்தமும் வழிபட வேண்டும்.

புரையோடிய சமுதாயமும், புரட்சியும்:

“நெஞ்சு பொறுக்கு திலையே - இந்த
நிலைகெட்ட மனிதரை நினைத்து விட்டால்!”

நல்லதும் கெட்டதும் ஓரிடத்திலேதான் நிகழ்கின்றன. காந்தியும், கட்டபொம்மனும் பிறந்த இந்த மண்ணில்தான் கோட்சேவும் எட்டப்பனும் பிறந்தனர். இது மண்ணின் குற்றமன்று. வாழ்வின் சூத்திரம். உண்மை, பொய்மை, வானம், பூமி, இன்பம், துன்பம் இவை போன்று அனைத்திலுமே எதிர்மறையான குணம் கொண்ட சூழல்தான் மனிதனை ஒரு நிலையான பாதைக்கு அழைத்துச் செல்கிறது. இதில் மனிதனின் வேலை என்னவென்றால் நன்மையை எடுத்துக் கொண்டு தீமையை ஒதுக்குதலே. இதைப் புரிந்து கொண்டவன் வாழ்வில் என்றுமே இன்பம்தான்.

கவிஞர்களும் இதைத்தான் செய்கிறார்கள். நல்லவர்களைப் போற்றுகிறார்கள். பொல்லாதவர்களைச் சாடுகிறார்கள். முடிந்தால் அவர்களைத் திருத்தவும் முற்படுகிறார்கள். ஆனால் அது எத்தனை சதவீதம் பயனளிக்கிறது என்பது வேறுவிஷயம். இருந்தாலும் இந்தக் களையெடுக்கும் முயற்சியில் ‘விக்கிரமாதித்தன் வேகம்’தணியவே இல்லை, நம் கவிஞர்களுக்கு! இன்றைய அரசியல் சூழ்நிலையில் இந்தப் பொதுமக்களின் பாடு எந்த அளவிற்கு உள்ளது என்பதை குறிப்புப் பொருளால் உணர்த்துகிறார்.

“வாக்குச் சாவடி - என்னும்
வார்த்தை மிகப்
பொருத்தம்தான்!
வாக்குச் சாவடியில்

தேர்தல் - 'வாக்கு'
'சாவடி' வாங்கிச்
சமாதி அடைவதால்
வாக்குச் சாவடி
வார்த்தை மிகப்
பொருத்தம்தான்!"

என்று அரசியல் கட்சிகளின் தேர்தல் அவலத்தை அழகாகப் பாடுகிறார். இதில் 'வாக்கு' என்பது பொதுமக்களையும், "சாவடி' என்பது தேர்தல் முடிவுக்குப் பின் "மாண்பு'களிடம் மனுக்களைக் கொண்டு போய் கொடுக்கும் போது மக்களை அலைக்கழித்தே சாவடிக்கிறார்கள் என்பதையும் வெகு நுட்பமாக உள்வைத்துக் கவிபுனைந்துள்ளார் தாராபாரதி. தேர்தலுக்கு முன் "பொதுஜனம்'ஒரு புண்ணியமான சொல், தேர்தலுக்குப் பின் அதுவே சொல்லக்கூடாத வார்த்தையாகிவிடும் நம் அரசியல் தலைவர்களுக்கு. மக்களைக் கண்போலக் காக்கவேண்டிய தலைவர்களே இன்று அவர்களுக்குக் கோடாரிக் காம்பாய் மாறியதை இவ்வாறு கூறுகிறார்.

"தக்கவழி காட்டும்
தலைவர்களை விடவும்
தாக்க வழி காட்டும்
தலைவர்களே பெருகுகிறார்!"

என்று கூறுகிறார். இக்கவிதையைக் காணும்போது நம் நெஞ்சு விம்முகிறது. யாரை நம்பி ஓட்டுப் போட்டார்கள் இந்த அப்பாவி மக்கள். தலைவர்களை நம்பித்தானே. அதையேன் அவர்கள் உணரவில்லை. மக்களுக்கு ஒரு குறையென்றால், அதை அத்தலைவர்கள் தானே தீர்க்க வேண்டும். ஆனால் அதை மறந்து மக்களையே மறந்து போனார்களே! என்று வேதனைப்படுகிறார். மேலும்.

"துப்புர வாக உடைமையெல்லாம்
துடைக்கப்பட்ட இவர்களிடம்
துடைக்கா மல்இருப் பதொன்று
....

என்று கேட்கிறார். துடைக்கப்பட வேண்டியது பெருகிக் கொண்டே இருக்க, பாதுகாக்கப்பட வேண்டியனவெல்லாம்

பறிக்கப்பட்டுவிட்டன. இந்த அநீதிகளின் முடிவை மக்கள் எடுத்துக் கொண்டால் எத்தர்கள் எத்தனையோ பேர் இருந்த இடம் தெரியாமல் போவார்கள். அந்நிலை வருமுன்பு மக்களின் நிலையை இவர்கள் உயர்த்தவேண்டும். அவர்கள் வீடுகள் மட்டுமல்ல முகங்களும் பிரகாசிக்கும் வண்ணம் பிரயத்தனப்படவேண்டும். இல்லையேல் பொது மக்களின் புரட்சி எப்படியிருக்கும் என்பதை அறியாதார் யார்? என்று எச்சரிக்கை விடுக்கிறார்.

"அரசியல் அடிமையும், பொருளாதார அடிமையும், போய்விட்டால் சாதி, மத, இன பேதங்கள் தானாகவே மறைந்துவிடும் என்று பாரதி கருதினான். இது உள்ளபடியே மிக உயரிய திட்டமாகும்" என்று அறிவொளி கூறுகிறார். அதைத்தான் தாராபாரதி அவர்களின் கவிதைகளும் எடுத்துக் காட்டுகின்றன.

"எங்கெங்கு காணினும் சக்தியடா" என்பது போய் "எங்கெங்கு காணினும் ஊழலடா" என்று சொல்லும் அளவுக்கு ஊழல் பெருகிவிட்டது. கொடுத்தவனுக்கே முன்னுரிமை. கொடுக்காதவனுக்கு பேச்சுரிமை கூட கிடையாது. இந்த நச்சு விதையை முளையிலேயே கிள்ளியெறியாமல் விட்டதால்தான் இன்று காட்டு மரமாய் வளர்ந்து பலருக்கும் கண்ணாமூச்சி காட்டிக் கொண்டிருக்கிறது.

"சுதந்தர நாட்டில்
'சுரண்டலே'
'அறம்'என்றாகி,
சுதந்தரம்
என்ற சொல்லே
"சுரண்டறம்'
என்றாயிற்று!"

என்று சுரண்டலுக்கு ஒரு புது விளக்கத்தையே தருகிறார் தாராபாரதி. இன்று அறம் என்ற சொல்லுக்கு அர்த்தம் புரியாதவர்களே அதிகம். அதனால் தான் தனக்கு சாதகமானதை யெல்லாம் அறமாகக் கொண்டு அடுத்தவர்களின் அறியாமையைப் பயன்படுத்திக் கொண்டிருக்கின்றனர் சில சுயநலவாதிகள். கொடுத்தால்தான் கோப்புகள் நகரும், 'கவனித்தால்தான்'

காரியம் நடக்கும். இந்த நிலையெல்லாம் மாறவேண்டும் என்ற நோக்கில்தான் கவிஞர் தன் எழுத்துக்களையெல்லாம் பேனா முனை கொண்டு எழுதாமல் ஊசி முனை கொண்டு எழுதியிருக்கிறார் போலும். "வாழ்க்கையைப் பற்றிய நம்பிக்கையும், வாழவேண்டும் என்ற உற்சாகமும் நமக்குத் தரவேண்டிய கடமை கவிதைக்குண்டு," என்கிறார் அ. செகந்நாதன். அந்த வகையில் கவிஞர் தாராபாரதியின் கவிதைகள் நமக்கு நல்ல நம்பிக்கை ஊட்டுவனவாகக் காணப்படுகின்றன.

உயர்ந்த சிந்தனையும் உலகளாவிய நோக்கும்:

"தேமதுரத் தமிழோசை உலகமெலாம்
பரவும் வகை செய்தல் வேண்டும்"

என்னும் பாரதியின் பாடலுக்கேற்ப நம் தமிழை உலகம் போற்றும் வகையில் உயர்த்திக் காட்டவேண்டும். அதற்கு முன் நாம் உயர்ந்தவர்களாக மாறியிருக்கவேண்டும். நம் நாடு நம் மக்கள் என்னும் குறுகிய பார்வையை விட்டு இவ்வுலகம் நமது. இவ்வுலக மக்களனைவருமே நலமோடு வாழவேண்டும் என்னும் பரந்துபட்ட எண்ணத்தை நம் சிந்தையின் அடிநாதமாக வைத்திருக்க வேண்டும். ஒவ்வொரு சொல்லும், செயலும், உயர்ந்த சிந்தனை என்னும் தேனில் தோய்த்தெடுத்த பலாவைப் போல் அனைவரும் விரும்பும் ஒரு இனியப் பொருளாக அமைய வேண்டும்.

பண்பாடு, கலாச்சாரம், கலைகள் என்று அனைத்திலும் வெற்றிக்கொடி நாட்டிய நம் இந்திய நாடு இன்னும் ஏன் பின்தங்கிய நிலையிலே காணப்படுகிறது என்று ஓயாது ஆராய்ந்ததில் அவருக்குக் கிடைத்த விடையைக் கவிதையாகத் தருகிறார்.

"இந்தியர், நாம்
ஆக்கத்தோடு
ஆராய்ந்திட்டால்
அமெரிக்காவும்
பின் தங்கும்!
ஊக்கத்தோடு

உழைக்க முனைந்தால்
உருசிய நாடும்
பின்னடையும்!
சோர்வை விட்டுச்
சுறுசுறுப் புற்றால்
ஜப்பான் ஜெர்மனி
வாய் பிளக்கும்!
போர்வை உதறி
உறக்கம் விட்டால்
புதிய உலகின்
தாள் திறக்கும்!"

இந்தியனின் ஆக்கமும், ஊக்கமும், சுறுசுறுப்பும் ஒரு போர்வையின் உள்ளே உறங்கிக் கிடக்கின்றன அது எந்தப் போர்வை என்றுதான் கண்டறிய முடியவில்லை. கல்விச் சாலை என்னும் போர்வையா?, இந்திய இளைஞர்களின் உழைப்புக்கு சரியான வழிகாட்டியாக இல்லாமல் தத்தம் சுயநலத்திற்காக வாழும் அரசாங்கம் என்னும் போர்வையா? வேலையில்லாத் திண்டாட்டமா? என்று இது போன்ற கேள்விகள் நம் மனத்தினிடையே வலம் வந்து கொண்டுதான் இருக்கின்றன. எந்தக் கதவைத் திறந்தால் இந்திய நாட்டினுள் வெளிச்சம் புகும் என்பதை அறிந்து செயல் படுத்துவது அரசாங்கத்தின் கடமைதான் என்கின்ற பொருள் பொதிவில் இக்கவிதையை அமைத்துள்ளார்.

காமப் பசிக்கு இரையாகி ஒழுக்கந் தவறி தீராத நோயினால் தீண்டடத்தகாதவர் போல் வாழும் எய்ட்ஸ் நோயாளிகளின் துன்பத்திற்கு தன் கவிதையால் ஆறுதல் சொல்கிறார்.

"எய்ட்ஸ்
தொட்டால் வருவதில்லை;
தும்மினால் வருவதில்லை;
இருமல் சளியால்
எச்சிலால் தொற்றாது;
அருகில் உட்காரலாம்
அவரோடு சாப்பிடலாம்;
தொட்டுப் பேசலாம்;
துணையாய் இருக்கலாம்!"

என்று தன் கருணைச் சிந்தையில் சுரந்த அறிவியல் பூர்வ சொற்களை அழகுக்கவிதையாக வடிக்கிறார். ஒரு மனிதனுக்கு மரணம் நிச்சயிக்கப்பட்ட பின் ஒவ்வொரு நொடியும் அவன் செத்துக் கொண்டிருக்கிறான். அந்நிலையில் உள்ளவனுக்கு நம்முடைய சேவையும், அன்பும் எந்த அளவிற்கு மன நிம்மதியைத் தரும் என்று கூறுகிறார். அவரின் நோய் ஒட்டிக் கொள்ளும் நோயல்ல பயமின்றி நாம் பாசம் காட்டலாம் என்று தம் உயர்ந்த சிந்தனை மூலம் நம் உள்ளத்தை உருவாக்குகிறார்.

உலக சமாதானத்தை விரும்பும் நம் தேசியக் கவிஞர், உலகின் எந்த மூலை முடுக்குகளிலும் போர் சத்தமே கேட்கக் கூடாது என்கிறார். போருக்கு மூலதனம் ஆயுதந்தான். அந்த ஆயுதங்களைக் குறைத்தால் நாட்டின் அமைதி அதிகமாகும் என்ற கருத்தின் அடிப்படையில்,

“இரும்புக் கருவியின் இரத்தப் பசிக்கு
விருந்து படைக்க மனித இறைச்சியா?”

என்ற ஓர் அதிர்ச்சியான கேள்வியைக் கேட்டு நம்மை நிலைகுலைய வைக்கிறார். போர் வேண்டிப் போராடும் சில மனித மனங்களின் ஓரத்தில் ஈரத்தை கசிய வைக்கும் சக்தி இக்கவிதைக்கு உண்டு.

பெண்களின் பெருமையை மிகப் பெருமிதத்தோடு கூறும் இவர் ஒரு தீர்க்க தரிசி. அவர் பெண்களைப் பற்றி சொன்ன கூற்றுகள் அத்தனையும் இன்று சர்வ சாதாரணமாக நடந்து கொண்டிருக்கக் காணலாம். அவர் தம் கவிதையில்,

“மங்கையர்க்குப்
படிப்பெதற்கு - என்ற
நிலை மலையேறி
இள மங்கையர்கள்
மலை ஏறி - வான
மண்டலத்திலும் ஏறி
சாதனைகள்
புரிவதனைச்
சரித்திரம் குறிக்கிறது!”

என்று பெண்களின் சாதனைகளைப் பெருமையுடன் கூறுகிறார். பெண்களின் சக்தியை அறியாதவர்கள்தான் அவர்கள் பலவீன மானவர்கள் என்று கூறிக் கொண்டிருக்கிறார்கள்.

ஆனால் பாரதி கண்ட புதுமைப் பெண்கள் இன்று பார்முழுவதும் தங்கள் பாதச் சுவடுகளைப் பதித்துள்ளனர். புதுச் சிந்தனைகளில் புரட்சிகள் செய்து கொண்டிருக்கின்றனர். எல்லாத் துறைகளிலும் பெண்களின் பங்கு பரவிக் கொண்டேயுள்ளது. அதனால்தான் பெண்களை,

"புதுமைகளின்
புவிஈர்ப்புத் தானம்-
இந்த - இளம்பெண்கள்!"

என்று பூரிக்கிறார் கவிஞர் தாராபாரதி. பெண்களின் சாதனை இமயம் போல் உயர்வதைக் கண்டு உவகை கொள்கிறார்.

நம் தேசத்தில் தலைவிரித்தாடும் வன்முறைபோன்ற கொடிய பேய்களுக்கு முடிவுகட்ட இளைஞர்களை அழைக்கிறார். சுழலும் பூமியைச் சொர்க்க பூமியாக மாற்றும் வித்தையை இளைஞர்களுக்குக் கூறி எழுச்சியூட்டுகிறார்.

"பஞ்சம் நீக்கிட
பசியைப் போக்கிட
கஞ்சி காய்ச்சுமே
கணிணி எந்திரம்!
ஆயுதங்களை
அழிக்கும் ஆயுதம்
நீயறிந் தெடு
நிலைக்கும் மனிதமே!"

என்று மயங்கிய மனங்களுக்கு மறுமலர்ச்சியை அளிக்கிறார். புரியாத இதயங்களுக்கு புத்துணர்ச்சியைக் கொடுக்கிறார். ஒரு நாடு செழிப்படைய வேறென்ன வேண்டும்? மகாத்மா காந்தியின் கொள்கையைக் கடைபிடித்தால் நம் நாட்டில் ரத்தம் சிந்துமா? வீட்டுப் பிரச்சினை முதல் நாட்டுப் பிரச்சினை வரை வன்முறைக்கு வாசலாக அமைகிறது சினம்.

அந்த சினத்தை அடக்கினால் அன்பென்னும் பூக்கள் அனைவரிடத்தும் மலரும் என்ற உயர்ந்த சிந்தனையை

நம்முன் வைக்கிறார் நம் தேசிய கவிஞர் தாராபாரதி. இந்த ஒருமைப்பாட்டுச் சிந்தனையுள்ள உத்தமக் கவிஞர் உலக மக்களுக்கெல்லாம் உரைக்கும் உயர்ந்த செய்தி இதுதான்

“புவியில் வாழும்
மனிதப் பிஞ்சுகள்
பூமி முட்டை
பொரித்த குஞ்சுகள்”

என்று அனைவரும் இந்த பூமித்தாயின் பிள்ளைகள்தான் என்பதை தன்னுடைய சிறந்த புதிய சொல்லாட்சியின் மூலம் நமக்குப் புரிய வைக்கிறார்.

தன்னம்பிக்கையும் தத்துவமும்:

“மண்ணில் தெரியுது வானம், அது நம்
வசப்பட லாகாதோ”

‘என்னால் முடியாது என்னும் வார்த்தை உன்னை உயர்த்தாது இளைஞனே! தன்னம்பிக்கை ஒன்றுதான் உயிர்மூச்சு! இந்த உலகத்தின் மத்தியில் உன்னை அடையாளம் காட்ட அழுத்தமாக அடியெடுத்து வை. சோர்ந்து விடாதே! போர்வையை விலக்கு! சிந்தனையைத் துலக்கு! நிச்சயமாக அச்சிந்தனை ஒரு அற்புத விளக்காகி உன்னை அலாவுதீனாய் உயர்த்தும். எனவே உன் முயற்சியின்றி எதுவும் நடக்காது’ என்பதை.

“தன்னாலே முடியும் என்ற
தத்துவம் பேச வேண்டாம்
உன்னால் தான் முடியும் தோழா
உரிமைக்குக் குரல் எழுப்பு”

என்று முழங்குகிறார். இந்த நம்பிக்கையூட்டும் வரிகள் ஒவ்வொரு இளைஞன் இதயத்திலும் கல்வெட்டாகப் பதிய வேண்டும். உடலிலும் உள்ளத்திலும் உறுதிகொண்டு சுயதொழிலில் கால் பதிக்கவேண்டும். சிப்பிக்குள் விழுந்த நீர் பல நூறு வருடங்களாகப் பொறுமை காத்து விலையுயர்ந்த முத்தாக மாறுவதுபோல் ஒவ்வொரு மனிதனும் தன்னுள் உயர்ந்த எண்ணங்களை வளர்த்து உரிய நேரத்தில் நல் முத்துக்களாக அவற்றைச் செயல்படுத்தவேண்டும். அதற்கான பொறுமைதான் தன்னம்பிக்கை.

அத்தகைய தன்னம்பிக்கையை ஒவ்வொருவரும் பெற்று விட்டால் இயற்கையுங்கூட அவனைக் கேட்டுத்தான் தன்னுடைய செயலைச் செய்யும் என்பதை,

“செவ்வானம்
உனைக்கேட்டு விழிக்குமே - அந்த
செவ்வாயும்
உன்தமிழைப் படிக்குமே!
ஒவ்வாத
போர்க்குணம் மறையுமே
உலகெங்கும்
மனித நேயம் மலருமே”

என்று உணர்ச்சி பொங்கப் பாடுகிறார். ‘நூல்கள் நம்மைத் தூண்டுவதற்கே’ என்பது எமர்சன் கருத்து. ஒரு படைப்பு நம்மைக் கவரவேண்டுமானால் அப்படைப்பாளன் ஆழ்ந்து சிந்தித்து அப் பொருளைப் படைத்திருக்க வேண்டும். அத்தகைய நம்பிக்கையூட்டும் கவிதைகளைத் தான் தாராபாரதி அவர்கள் படைத்துள்ளார்.

உலகில் உள்ள ஆயிரக்கணக்கான கருவிகளைவிட நம் உடல் உறுப்புகளே சிறந்த கருவிகள் என்று கூறுகிறார். அக்கருவிகளைக் கொண்டு உழைத்தால் கிடைக்கும் பலனானது, நம்மை நாம் நினைத்ததைவிட பல மடங்கு நன்மை தரும் என்பதனை.

“விரைக விரைக உன்
விரல்கள் உழுபடை!
தரிசு நிலங்களில்
தங்க அறுவடை”

என்று தன்னம்பிக்கையோடு கூறுகிறார். உழைப்பின் பெருமையையும் உடலின் பயனையும் அழகான சொற்களால் செதுக்குகிறார். “துருப்பிடித்த வார்த்தைகளைத் தூரத்தள்ளி, சுறுசுறுப்புச் சொற்களுக்குச் சூடேற்றியவர், இவருடைய கவிதை வரிகள் வீரியம் மிக்க சூரிய விதைகள், இருளை வேரறுக்கிற வெளிச்ச விழுதுகள்” என்று ஓவியக் கவிஞர் மலர்மகன் கவிஞரை மனதாரப் பாராட்டுகிறார். அவர் தம் கவிதை வரிகளுக்குக் கூர்மை தீட்டுகிறார்.

மனிதன் வரும்போது எதைக் கொண்டுவந்தான். போகும்போது எதைக் கொண்டு போகிறான். மன்னாதி மன்னர்களும் மண்ணோடு புதைந்தவர்கள் தாமே. நல்ல மனிதன் அனைவர் இதயங்களிலும் என்றென்றும் வாழ்வான். இல்லையெனில் கல்லறைதான் அவன் உறைவிடம். இது புரியாமல் இந்த உலகத்தையே தன் கைப்பிடிக்குள் கொண்டு வந்துவிடவேண்டும், என்று அலைபவர்களை என்னவென்று சொல்லுவது? அதனால்தான் இவர்களைப் போன்ற பேராசை, வஞ்சனை ஆகிய அழுக்குப் பிடித்த மனிதர்களே இல்லாத நிலத்தை நம் கவிஞர் தேடுகிறார்.

“அன்னை பாரதத்தில்
அழுக்குப் படாதநிலம்
கண்ணில் படுகிறதா?
கண்டறியச் சென்றேன் நான்!
அகப்பட்டு விட்டது!
அதிசயமாய் இந்தியாவில்
அகப்பட்டே விட்டது!
அதோ தெரிகிறதே!
ஒவ்வொரு ஊர்தோறும்
ஒதுக்குப் புறமாக
அழுக்குப் படாத
ஆறடிப் பூமி”

என்று கவிஞர் தத்துவமாகக் கூறுகிறார். மனிதன் வாழும் காலத்தில் வசதியிருந்தால் ஆடம்பரமாகவும் அரண்மனை போன்ற மாளிகைகளிலும் வாழ்கிறான். இறந்துவிட்டாலோ அவனுக்கும் ஆறடி நிலம்தான். ஏழைக்கும் ஆறடி நிலம்தான். பொதுவுடமை பேசும் ஒதுக்கப்பட்ட அந்த ஆறடி நிலம்தான் அழுக்குப்படாத நிலம் என்கிறார்.

எனவே அடம்பிடிக்கும் இம்மனத்தை அடக்கி அற்புத மனிதர்களாக வாழ முயற்சி செய்ய வேண்டும். இந்த உலகத்தையே உள்ளங்கை அளவு கணிப்பொறியில் அடக்கிவிடுகிறோம். ஆனால் ஒரு பிடி அளவுள்ள இந்த மனத்தை அடக்குவது மிகுந்த சிரமம்.

"கணப்பொழுது மனமடக்க
கருவியில்லை"

என்ற கவிஞரின் நோக்கத்தை உணர்ந்து இந்த உலகை உயர்த்தி புதியதோர் சரித்திரம் படைத்திடவேண்டும். தன்னம்பிக்கையும், விடாமுயற்சியையும் உள்ளத்தில் கொண்டு உறுதியோடு வாழ்தல் வேண்டும்.

ஆய்வு முடிவுகள்:

"கவிதையின் பொருண்மை நலம் எல்லையற்றது. விண்ணிற்கும், மண்ணிற்கும் இடைப்பட்ட எப்பொருளும் பாடு பொருளாகலாம். ஆயின், கவிஞன் எதைப்பாடினாலும் எப்படிப் பாடுகிறான் என்பதிலேயே அவனின் கலைத்திறனாக்கம் பயன் படுகிறது". என்கிறார் முனைவர் வெ. தனலக்குமி, அத்தகைய பொருண்மை நலன்கள் கவிஞர் தாராபாரதியின் கவிதைகளில் செம்மையாகக் காணப்படுகின்றன. அவர், தம் கவிதைகளில் பாடுபொருள்களைச் சொல்லும் முறையிலேயே அவை நம் மனங்களில் நிலைத்து விடுகின்றன.

ஒவ்வொரு மனிதனுக்குள்ளும் மொழிப்பற்றும், நாட்டுப் பற்றும் ஊறிக் கிடக்கவேண்டும். கண்ணை இமை காப்பது போல் நம் தாய் மொழியைக் காக்க வேண்டும். தாய் நாட்டை மதிக்க வேண்டும்.

"பன்னூற்றாண்டுகளாக ஆயிரக் கணக்கான புலவர்களால் ஆக்கப்பெற்ற தமிழ்க் கவிதைகள் இந்த நூற்றாண்டில் வரலாறு காணாத அளவிற்கு மக்களின் வாழ்க்கைச் சிக்கல்களை வெளிப்படுத்துவதிலும் தனிச்சிறப்புடையனவாய் விளங்குகின்றன. இந்த நூற்றாண்டில் மனிதனுடைய போராட்டமும் இன்ப துன்பங்களும் கவிதைகளில் பாடுபொருளாக அமைந்திருத்தலைக் காணமுடிகிறது". என்பார் டாக்டர் மு.வரதராசனார். அந்த வகையில் மனிதனிடம் தன் கொடிய கரங்களை நீட்டி அவனைச் சின்னாபின்னமாக்கிக் கொண்டிருப்பது வறுமைதான். அந்த வறுமைக்குக் காரணம் அதிகமான மக்கள் தொகை. இருப்பவன் இல்லாதவனுக்கு கொடுக்கவேண்டும் என்ற பரந்த மனப்பான்மை இல்லாமை. இதுபோன்று பல்வேறு காரணங்களால் வறுமை மேலும் மேலும் தன் ஆதிக்கத்தைச் செலுத்திக் கொண்டிருக்கிறது.

இதற்குச் சிறந்த முடிவு அனைவரும் ஓர் இனம் என்ற ஒருமைப்பாடு தோன்ற வேண்டும். ஒரு கவளம் உணவு கிடைத்தால் அதில் பாதியை பசித்தவனுக்குக் கொடுக்கவேண்டும், என்ற எண்ணம் வரவேண்டும். சிறு குடும்பமே சிங்காரக் குடும்பம் என்ற கொள்கையை கடைப்பிடிக்க வேண்டும். இந்த முறைகள் செயல்படுத்தப்படுமேயானால் இந்த பாரதம் எதையும் எதிர்கொள்ளும் சக்தி பெறும்.

"கலைஞனுக்கும், சிந்தனைவாதிக்கும், அறிவார்ந்த கருத்துலகில் வாழ்பவனுக்கும், மனிதாபிமானம் கொண்டவனுக்கும் சாதிப்பிரச்சினை இறந்த பிரச்சினையாகத் தோன்றும்" என்கிறார் வெங்கடசாமிநாதன் இவ்வாறு கலையுள்ளம் கொண்டவர்க்கெல்லாம் சாதிப்பிரச்சினை இறந்த பிரச்சினையாக இருப்பது போன்று, இவ்வுலகில் உள்ள அனைவருக்கும் இந்த சாதிப் பிரச்சினை உயிரற்ற பிரச்சினையானால் இவ்வுலகம் எவ்வளவு சிறந்து விளங்கும் என்பதே கவிஞரின் நெடுநாளைய கனவு, அக்கனவை நாம் நனவாக்கி சமுதாயத்தில் சமத்துவத்தை விதைக்க வேண்டும்.

"சமுதாயத்தோடு நெருங்கிய உறவுடையது அரசியலாகும். சமுதாயத்தின் வளர்ச்சிக்கும், தேய்விற்கும், பிற சீர்கேடுகளுக்கும் அரசியலே தலையாய காரணமாகின்றது" என்பார் டாக்டர் வீ. உண்ணாமலை. எனவே ஒரு நாட்டின் வளர்ச்சிக்கும், அந்நாட்டு மக்களின் மகிழ்ச்சிக்கும் பொறுப்பேற்க வேண்டியவர்கள் இந்த அரசியல்வாதிகள்தாம். ஆனால் தேர்தலில் வெற்றி பெறும் வரை மக்களின் முன் தோன்றி வெற்றிபெற்ற பின் அவர்களைத் திரும்பியும் பாராமல் செல்வதே அவர்களின் பழக்கமாகிப் போனது. இனியாவது அரசியல் வாதிகள் நல்ல கொள்கையுடன் நடந்து மக்களை நல்வழிப்படுத்திச் செல்ல வேண்டும். நாட்டில் நடக்கும் மதக் கொடுமை, இலஞ்சம், போதை போன்ற சமூக விரோதச் செயல்களுக்கெல்லாம் ஒரு முற்றுப்புள்ளி வைக்கவேண்டும். இதைத்தான் கவிஞர் அவர்கள் தம் கவிதைகளில் அரசியல்வாதிகளைத் தம் கடமைகளைச் செய்யத் தூண்டுகிறார்.

இதைப்போன்று தொழில் வளர்ச்சி, பெண்ணுரிமை, சமுதாயம், போன்ற அனைத்துத் துறைகளுக்கும் தம்

கவிதைகளால் உணர்ச்சியைத் தட்டி எழுப்புகிறார். இவர்தம் கவிதைகளில் பாடுபொருளாக சிந்தனையைத் தூண்டும் சீர்த்திருத்தக் கருத்துகளே மிகுந்து காணப்படுகின்றன. மனித வாழ்க்கையின் முக்கால் பங்கு இந்தச் சமுதாயத்தோடு போராடுவதற்கே சரியாக உள்ளது. இந்நிலையில் இத்தகைய கருத்துகளைக் கொண்ட கவிதைகள் மிகுந்த வரவேற்பை பெறுகின்றன. “கவிஞனும் கடவுளும் செய்தொழிலால் இறவா வரம் பெறுகின்றனர். கவிஞன் கடவுளுக்குக் கடவுளாய்த் தம் படைப்பின் காரணத்தால் அழியாமல் வாழ்கின்றான்” என்பார், முத்துராமலிங்கம். எனவே கடவுளுக்கு ஒப்பான இக்கவிஞர் சொன்ன கருத்துகளை கண்ணை போல் கருதி செயல்படுத்தினால் நாளைய இந்தியாவில் நாமெல்லாம் மன்னர் என்னும் கூற்று நனவாகும்.

■

பாடுபொருள்

சான்றெண் விளக்கம்

1. உண்ணாமலை, வி. புதுக்கவிதையில் சமுதாயம், ப. 222
2. கவிஞர் பாலா, புதுக்கவிதை ஒரு புதுப்பார்வை, ப. 92
3. கவிஞர் தாரா பாரதி, (அணிந்துரை - இலக்கியவீதி இனியவன்), ப. 14
4. கவிஞர் தாராபாரதியின் கருத்துரை, வானம் திறக்கும் சூரியவாசல், பக், 20
5. சுப்பிரமணிய பாரதியார், பாரதியார் கவிதைகள், ப. 189
6. கவிஞர் தாரா பாரதி, புதிய விடியல்கள், ப. 17
7. கவிஞர் தாராபாரதி, இன்னொரு சிகரம், ப. 83
8. கவிஞர் தாராபாரதி, பூமியைத் திறக்கும் பொன் சாவி, ப. 95
9. மேலது, பக், 100
10. மேலது, ப. 103
11. இரண்டாம் நக்கீரன், (அணிந்துரை),
12. பூமியைத் திறக்கும் பொன் சாவி, ப. 10
13. கவிஞர் தாராபாரதி, இன்னொரு சிகரம், ப. 62
14. மேலது, ப. 62
15. மேலது, ப. 66

16. கவிஞர் தாராபாரதி, புதிய விடியல்கள், ப. 121
17. கவிஞர் தாராபாரதி, இன்னொரு சிகரம் ப. 28
18. சுப்பிரமணிய பாரதியார், பாரதியார் கவிதைகள், ப. 179
19. கவிஞர் தாராபாரதி, இன்னொரு சிகரம், ப. 57
20. மேலது, ப. 62
21. மேலது, ப. 70
22. அரங்குராசு. சு, தமிழ் புதுக்கவிதை ஒரு திறனாய்வு, ப. 295
23. கவிஞர் தாராபாரதி, பூமியைத் திறக்கும் பொன் சாவி, ப. 93
24. கவிஞர் தாராபாரதி, இன்னொரு சிகரம், ப. 30
25. கவிஞர் தாராபாரதி, பூமியைத் திறக்கும் பொன் சாவி, ப. 94.
26. சுப்பிரமணிய பாரதியார், பாரதியார் கவிதைகள், ப. 309
27. கவிஞர் தாராபாரதி, பூமியைத் திறக்கும் பொன் சாவி, ப. 61
28. கவிஞர் தாரா பாரதி, இன்னொரு சிகரம், ப. 60
29. மேலது, ப. 85
30. சுப்பிரமணி பாரதியார், பாரதியார் கவிதைகள், ப. 178
31. கவிஞர் தாராபாரதி, பூமியைத் திறக்கும் பொன் சாவி, ப. 35
32. கவிஞர் தாராபாரதி, இன்னொரு சிகரம், ப. 60
33. மேலது, ப. 62
34. அறிவொளி அ. பாரதி தாசன், தனித்தன்மை, ப. 33
35. கவிஞர் தாராபாரதி, பூமியைத் திறக்கும் பொன் சாவி, ப. 31
36. செகந்நாதன். அ, புதுக்கவிதை ஒரு திறனாய்வு, ப. 109
37. சுப்பிரமணிய பாரதியார், பாரதியார் கவிதைகள், ப. 173
38. கவிஞர் தாரா பாரதி, பூமியைத் திறக்கும் பொன் சாவி, ப. 44
39. மேலது, ப. 76
40. கவிஞர் தாராபாரதி, இது எங்கள் கிழக்கு, ப. 160
41. கவிஞர் தாராபாரதி, பூமியைத் திறக்கும் பொன் சாவி, ப. 50.
42. மேலது, ப. 50
43. கவிஞர் தாராபாரதி, இன்னொரு சிகரம், பக், 73
44. மேலது, ப. 77

45. சுப்பிரமணிய பாரதியார், பாரதியார் கவிதைகள், ப. 138.

46. கவிஞர் தாராபாரதி, இன்னொரு சிகரம், ப. 74

47. மேலது, ப. 21

48. மேலது, ப. 71

49. ஓவியக்கவி ஓர் மலர்மகன், இன்னொரு சிகரம், ப. 3

50. கவிஞர் தாராபாரதி, இன்னொரு சிகரம், பக், 56

51. கவிஞர் தாராபாரதி, இது எங்கள் கிழக்கு, ப. 156

52. தனலக்குமி, வெ. முனைவர், குழந்தைப் பாடல்களில் பாடுபொருளும் பாடு நெறியும், ப. 291

53. வரதராசனார், மு, முனைவர், தமிழ் இலக்கிய வரலாறு, ப. 297

54. வெங்கடசாமிநாதன், கலைவாழ்க்கை அனுபவம், ப. 74

55. உண்ணாமலை, வி.முனைவர், புதுக்கவிதையில் சமுதாயம், ப. 267

56. முத்துராமலிங்கம், இ, மலையில் ஏறும் நதிகள், ப.116.

■

சமுதாய உணர்வு

இயல் இரண்டு

வள்ளுவரின் வாழ்வியல் நெறியும், இளங்கோவின் இன உணர்வும், பாரதியின் விடுதலை வேட்கையும், பாவேந்தரின் மொழிப்பற்றும் ஒன்றிணையப் பாடும் ஒப்பற்ற கவிஞர், அருமை நண்பர் தாராபாரதி. இவர் மரபுக்கும் புதுமைக்கும் இணைப்புச் செய்வது போல நூல்களை யாத்துள்ளார்.

- சிலம்பொலி சு.செல்லப்பன்

இயல்: 2

சமுதாய உணர்வு

முன்னுரை :

"இலக்கியத்தின் மூலவேர் சமூக வாழ்வில் இருக்கிறது. இலக்கியத்தின் சாரம், தோற்றம், வளர்ச்சி, அதன் சமூகத் தாக்கம் ஆகியவற்றைப் பற்றிய ஆய்வு என்பதைச் சமூக வாழ்வு பற்றிய ஆய்விலிருந்தே ஆரம்பிக்க வேண்டியுள்ளது."[1] என்ற கருத்து நிலவுகின்றது. எனவே கவிதை இலக்கியத்திலும் சமூக உணர்வு இன்றியமையாதது.

சமுதாயத்தில் நடக்கும் உண்மைகளை துணிவோடும் ஆழ்ந்த சிந்தனையோடும் தம்முடைய கவிதைகளில் படைத்துக் காட்டியவர் கவிஞர் தாராபாரதி. "சமூகத்தின் அங்கமாய் அமைந்துள்ள தனிமனிதப் பாத்திரத்தின் தன்மைகள் அச்சமூகத்தின் குணங்களால்தான் பார்க்கப் பட்டிருக்கும். அதன் குணம் மாறும்போதுதான், அவன் குணங்களையும் சீர்செய்து செழுமைப் படுத்த முடியும் என்பதை அழுத்தந்திருத்தமாய் எடுத்துச் சொல்ல விஞ்ஞான மனப்பான்மை கொண்ட படைப்பாளிகள் நமக்குக் கட்டாயம் தேவை,"[2] என்கிறார் கவிஞர் தமிழன்பன். அந்தத் தேவையை நிறைவு செய்தவர் தாராபாரதி.

காதலையும் அழகையும் பாடுவதே தொழிலாகிவிட்ட இந்தக் காலத்தில் மக்களின் அன்றாடப் பிரச்சினைகளைப் பாடி விழிப்புணர்வு ஏற்படுத்துபவர் கவிஞர் தாராபாரதி.

"இச்சமூகத்தின் குணங்களாகப் படிந்திருக்கும் சுரண்டல், சாதிக் கொடுமை, ஊழல், பெண்ணடிமைத்தனம், வேலையில்லாத் திண்டாட்டம் முதலியவற்றை தாராபாரதி வெளிபடுத்தும்போது தகிக்கும் உணர்வுத் தணல் வார்த்தைகளை வெதுப்புகின்றன".[3] என்ற தமிழன்பனின் கூற்றுக்கு ஏற்ப கவிஞரின் கவிதைகள் அணைந்த நெஞ்சங்களுக்கு நம்பிக்கைத் தீ மூட்டுகின்றன. இத்தகு சிறப்பு மிக்கக் கவித்திறனைப் பெற்ற கவிஞர் தாரா பாரதியின் கவிதைகளில் இடம் பெறும் சமூக உணர்வின் கருத்துகளை இவ்வாய்வில் காண்போம்.

கவிஞரின் எண்ணம்:

கவிதை என்ற ஊடகம் கற்பனைத் தேரேறி கற்பவரைக் கவரும் வகையில் அமைவது இயல்பு. அக்கற்பனையில் உண்மையைக் கலந்து கவிதை புனைவது எத்தனைபேரை ஈர்க்கும். அதிலும் சமுக வாழ்வில் நடக்கும் நிஜங்கள் கசப்புடையவை. அந்தக் கசப்பான மருந்தை தம் கவிதை என்னும் தேனில் கலந்து மக்களின் மன வலிக்கு ஆறுதல் தருவதே கவிஞர் தாராபாரதியின் எண்ணமாகும். கவிதை என்றால் இப்படித்தான் இருக்கும் என்ற சில கடிவாளக் கவிஞர்களுக்கு தன் கவிதை மூலம் இப்படியும் இருக்கலாம் என்ற எண்ணத்தைத் தோற்றுவித்தவர். "இவர் கவிதைகளில், நிறுத்தக் குறிகள் கூட நெருப்புத் திரள்கள்! இவரது கவிதைகள், சொற்களில் வடித்த சுடுசோறு.......... சமுதாயம் பசியாறும்."[4] என்று கவிஞரை ஓவியக் கவிஞர் மலர்மகன் பாராட்டுகிறார். அப்பாராட்டு எவ்வளவு உண்மை என்பதை அவரின் கவிதைகளில் காணலாம்.

ஒருமைப்பாட்டுணர்வு:

தம்முடைய ஒருமைப்பாட்டுணர்வைக் கவிஞர் மனிதர்களிடம் கூறிக்கூறி அது நிராசையாய்ப் போனதால் இயற்கையிடம் சென்று முறையிடுகிறார். மக்களிடம் ஒற்றுமை என்பது தேடவேண்டிய உணர்வாகிப் போய்விட்டது. 'என் வீடு, என் குடும்பம், என் வாழ்க்கை' எல்லாமே என்னுடையது என்ற மனப்பான்மைதான் ஓங்கி உள்ளதே தவிர 'நம்முடைய' 'நமது' என்னும் ஒருமித்த கருத்து ஒருவரிடமும் இல்லை. இதன் விளைவால் ஆங்காங்கே வன்முறைகள் பெருகி

பெரும் இழப்பை ஏற்படுத்திக் கொண்டிருக்கின்றன. இந்த வேதனைகளையெல்லாம் சூரியனிடம் சென்று கூறுகிறார்.

"சூரியனே
ஏழு நிறமிருக்கும் - உன்
ஒளிக்கதிரில் - ஆனால்
ஏழும் ஒன்றாகி
இங்கே வெண்மை வரும்!
நிலத்தில் மனிதரிடை
நிறங்கள் குறைவில்லை;
குலத்தில் ஒன்றெனும்
குணமும் வரவில்லை".[5]

மக்களிடம் உள்ள ஜாதி, மத பேதங்களை ஒழிக்கவேண்டும். அவர்களிடம் ஒற்றுமையுணர்வை ஏற்படுத்தவேண்டும். அதற்காக உலகத்திறகே ஒளிகொடுக்கும் சூரியனிடம் இந்த உள்ளங்களுக்கு ஒளி கொடுக்கவேண்டி விண்ணப்பிக்கிறார்.

மக்களின் மனங்கள் முதலில் ஒழுங்குபடவேண்டும். பதப்படுத்தப்பட்ட மண்ணிலேதான் நல்ல விளைச்சலை உருவாக்கமுடியும். பண்பட்ட மனத்திலேதான் நல்ல எண்ணங்களை விதைக்க முடியும். அதற்கான முயற்சியில் மனிதன் செயல்படவேண்டும். தன் மனத்திலுள்ள கோபம், பேராசை, பொறாமை போன்ற அழுக்கை அகற்றிவிட்டால் அங்கே ஒருமைப்பாடு தோன்றும் என்பதை,

"குணம் மாற்றும்
பொறாமைத் தீ
பொசுக்கி விட்டால்
கூட்டுறவும்
நாட்டுயர்வும் கூடும்!
மனம் அண்டும்
தீயவைகள்
அணையட்டும்;
மனிதகுல
உயர்வில் - மனம்
இணையட்டும்!"[6]

என்று இந்தியர்களின் சிந்தனையைத் தூண்டி நம்முடைய செயல்கள் சிறப்புறும் வழி கூறுகிறார். "கவிதையில் காணப்படும் பார்வை கவிஞரின் தனிப்பார்வைதான். உணர்வும் இவரது தனிமனித உணர்வுதான். ஆனால், இவர் கவிதை நம்மிடம் வரும்போது அது, நம் அனுபவமாக, நம் உணர்வாக மாறிவிடுகின்றது. இவர் உணர்வு நம் உணர்வோடு முரண்படுவதில்லை. தன் மன அனுபவத்தை உலக அனுபவமாக மாற்றும் ரசவாத வித்தைதானே கவிதை?"[7] என்று கவிஞன் தன் அனுபவத்தைச் சுவைஞனின் அனுபவமாக மாற்றும், சிறப்புக் கூற்றினை வியந்துரைக்கும் புவியரசு அவர்களின் கூற்றுப்படி நம்முடைய உணர்வுகளை தம் கவிதைகளால் தூண்டக் கூடியவர் தாராபாரதி அவர்கள்.

இங்கே தீர்க்க முடியாத பிரச்சினைகள் பலவுண்டு. அதனால் கடவுளிடம் சென்று தம் குறைகளைக் கூறுகிறார் கவிஞர். இறைவன் படைப்பில் அனைவரும் ஒன்றே என்ற ஒற்றுமை இல்லை. மனிதனே தனக்குள் பல வழிகளை வகுத்து அதன் பாதைகளை அடைத்துக் கொண்டான். கடவுள் கொடுத்த வாழ்க்கையில் தான் மட்டும் உயர்ந்து அடுத்தவனை அலட்சியப் படுத்தும் சுயநலவாதிகளின் மனக்கதவுகள் திறக்கப்படவேண்டும். அதனால் கடவுளிடம் ஒரு கேள்வியைக் கேட்கிறார் கவிஞர்.

கவிஞன்: கடவுளே!
கடைசியாய் ஒரு கேள்வி
பணக்காரன்
ஏழை என்னும்
பாகுபாடு எப்படி - உன்
படைப்பில் வந்தது?

கடவுள்: எதிர்பார்த்த
கேள்வி இது - நாளும்
எல்லாரும் கேட்பதிது!
படைப்பின்போது நான்
பணக்காரன் ஏழை என்று
அடைப்புக் குறிக்குள்
அடைக்கவில்லை எவரையும்!

என் சொத்து பொதுவுடைமை
எல்லோரும் சம உரிமை!"[8]

என்று பொதுவுடைமையாக்கிய சொத்துக்களை இந்த மனிதர்கள் தாம் தனியுடைமையாக்கி வேற்றுமையை விதைத்துக் கொண்டிருக்கின்றனர். என் மீது எந்தக் குற்றமும் இல்லை என்று கடவுளே கூறுவதாகக் கவிஞர் அழகான முறையில் சொல்லியிருக்கிறார். மேலும் இதற்குத் தீர்வையும் அந்த ஆண்டவன் வாயிலாகவே கூறிவிடுகிறார் தாராபாரதி.

"**கடவுள்:** மனிதா
கடவுளைப் பழிப்பதில்
பொருளில்லை! - உன்
கடமையை மறப்பதில்
பயனில்லை!
சோற்றுப் பானையைப்
பொதுவில் வை.
சுதந்திரச் சுடரை
நடுவில் வை!"[9]

என்கிறார். 'தனியொருவனுக்கு உணவில்லை என்றால் இந்த ஜகத்தையே அழித்திடுவோம்' என்பது பாரதியின் கூற்று. இக்கூற்றை நிரூபிக்க வேண்டு மென்றால் வயிறு காய்ந்து கிடக்கும் மனிதர்க்கெல்லாம் உணவு கொடுக்கவேண்டும். வயிறு நிறைந்தால் மனமும் நிறையும். நிறைந்த மனத்தில்தான் ஒருமைப்பாடு ஒளிவீசித் திகழும். எனவே ஒற்றுமை என்ற வாய்ச்சொல்லை நீக்கி மனந்திறந்து ஒருவரோடொருவர் இணைந்து செயல்படவேண்டும். ஒவ்வொருவர் மூச்சிலும் சமத்துவ உணர்வு சாமரம் வீச வேண்டும்.

வறுமை நிலை:

"அரசியல் விடுதலை கிடைத்தவுடன் பொருளாதார விடுதலையும் கிடைக்காவிடின் மீண்டும் வளத்திற்கு வழியில்லை. இந்தப் பொருளாதார விடுதலையை யார் செய்ய முடியும்? அரசியல் விடுதலையைப் பெறும்போது அரசியலில் தலைவர்களாக இருக்கும் சிலர் நினைக்காவிடில் பொருளாதார விடுதலை வந்து சேராது. அவ்வாறு அரசியல் விடுதலைக்குப்

பின்னும் பொருளாதார விடுதலையைத் தடுத்து நின்றால் அதற்காக ஒருமுறை மக்கள் போராடவேண்டும்"[10] என்ற அறிவொளியின் கூற்றுக்கேற்ப இந்நாட்டு வறுமைக்கு வாசல் திறப்பதே அரசியல்தான் என்றும் அதன் படியிலிருந்து மக்களைக் காப்பது எங்ஙனம் என்றும் கடவுளின் கூற்றாகப் பாடுகிறார்.

"**கடவுள்:** மனிதா, கேள்!
வறுமைக் கோட்டுக்குத்
தீர்வு காண்;
நீ அவர்கள்
உரிமைப் பாட்டுக்கு
உரத்த குரலெழுப்பு!
அதிகாரங்கள் சுரண்டியதை
முதலைவாய்க்குள்
விழுங்கியதை - முதலில் மிட்கப்
படை திரட்டு
புறப்படு, போய்வா!"[11]

என்று மனிதனுக்கு வீரத்திலகமிட்டு அனுப்புகிறார் கடவுள். தான் பெற்ற பிள்ளைகளிடையே அன்பில்லாமை கண்டு உள்ளம் தவிக்கும் தாய்போல் தாம் படைத்த மக்களிடையே ஒற்றுமை இல்லாமை கண்டு கடவுளே கொதித்து மனிதனைப் போராடச் சொல்லுகிறார்.

வறுமையை ஒழிக்க நாம் என்னதான் செய்கிறோம்? ஒன்றுமில்லை. சரி, அந்த ஏழையையாவது ஒரு மனிதனாக மதிக்கிறோமா? அதுவுமில்லை. அவர்களின் உழைப்புதான் நம் அடிப்படைத் தேவையை பூர்த்தி செய்து கொண்டிருக்கின்றது. செருப்புத் தைப்பவன் இல்லையெனில் கல்லுக்கும், முள்ளுக்கும் நம் பாதம்தானே பாதையாகும். இதுபோன்று எத்தனையோ விதங்களில் ஏழைமை நமக்குத் தோழமையாய்த் தோள் கொடுக்கின்றன. திரும்பி அவர்களுக்கு நாம் என்ன கொடுக்கிறோம். பகட்டைக் கண்டுதானே நாம் பணிந்து போகிறோம். அதைத்தான்.

"காலைக்கும் மாலைக்கும்
மாறிக் கொண்டும்

காலுக்கும் கோலுக்கும்
பணிந்து கொண்டும்
எங்கெங்கும் காசுக்கே
ஏற்றம் தந்தும்
ஏழைகளைச் சாக்கடையாய்
மதிக்கின் றோமே!"[12]

என்று உருகி பாடுகிறார். நம்மினம் அல்லவா அவர்கள். நம் சகோதரர்கள் அல்லவா அவர்கள். காலில் முள் தைத்தால் கண்களில் நீர் வருவது போன்று, அவன் அழுதால் நம் மனம் இளக வேண்டாமோ? என்று ஆவேசத்தோடு கேட்கும் இவரின் கவிவரிகள் நம்மையும் ஆவேசப்படுத்துகிறது.

"ஏழைகளின் கண்ணீரைத்
துடைப்போமென்று
எழுதுகிறோம் வாய்ப்பந்தல்
போடு கின்றோம்!
ஏழைக்குத் தோள் தந்து
காக்கும் தொண்டில்
இதயத்தை முன்வைக்கத்
தயங்குகின்றோம்!"[13]

என்று வெறும் வாய்ப்பந்தல் போடுவோரை வசை பாடித்தீர்க்கிறார்.

ஏழைகளின் கண்ணீரைத் துடைப்பேன் என்பவர்கள் முதலில் அவர்களை முற்றிலுமாகத் துடைத்துவிட்டுத்தான் மேற்கொண்டு ஏதேனும் செய்கிறார்கள். இந்த இழிவான நிலை என்று மாறும். சீர்செய்ய வந்தோரெல்லாம் இந்த வறுமைத் தீயின் வயிற்றுக்கு இரையானது தான் மிச்சம். பிறவி எடுத்ததே வாழத்தான்! ஆனால் வாழவழியின்றி எத்தனை உயிர்கள் இருந்த இடம் தெரியாமல் போய்விட்டன, என்று கவிஞர் கலங்குகிறார்.

"எத்தனையோ சீர்திருத்தத்
தொண்ட ரெல்லாம்
ஏழ்மையெனும் மணற்குன்றில்
சரிந்து வீழ்வார்!

எத்தனையோ பிறவிகளும்
வறுமைத் தீயில்
இளமையிலே மொட்டினிலே
கருகிப் போகும்!"[14]

என்று பாடும் இவர் இத்தகைய 'களை' களை இப்பொழுதே வெட்டி எறிந்தால்தான் நாளைய நம் சமுதாயம் நல்லதொரு நிலையில் இருக்கும் என்றுரைக்கிறார். பொறுத்துக் கொண்டிருக்கும் இவர்கள் நாளை பொங்கி எழுந்தால் அணைகளுக்கே அணைகட்டவேண்டிய சூழ்நிலை உருவாகும். ஒருவர் வயிறார உண்டு, அடுத்தவர் பட்டினி கிடக்கும் அவல நிலையை அடியோடு மாற்றவேண்டும். மனிதர்களாகிய நம்மிடம் அப்பண்பு உள்ளதா? ஆயிரத்தில் ஒருவர் தாம் அன்பின் வடிவானவர் என்பது கூடாது. அனைவருமே அன்பை இதயத்தில் கொண்டு பொதுவுடைமைக்கு புதுவழி திறக்க வேண்டும்.

பெண் விடுதலை:

பெண்ணடிமை என்பது காலங்காலமாய் இருந்து கொண்டு வரும் ஒரு சமுதாய பிரச்சினை. இன்றைய காலக் கட்டத்தில் வெளிப்படையாகப் பெண்களுக்குக் கொடுமை நடக்கவில்லையே தவிர மறைமுகமாகப் பல சித்திரவதைகளைப் பெண்கள் அனுபவித்துக் கொண்டுதான் உள்ளனர். அதில் தலையாய பிரச்சினை வரதட்சணைக் கொடுமைதான். இதை கவிஞர் தம் கவித் திறமையால் நம் கண்முன்னே ஓவியம் தீட்டுகிறார்.

"தங்கைக் கொடி மரத்தில்
தாலிக் கொடி ஏற
வரதட்சணைக் கயிறு
வாங்க வேண்டி
இருக்கிறது!
"மதிப்புக் குறைந்த
மலர்கள்' - என்று
மாம 'நார்' கள் ஏற்க
மறுப்பதனால்
ஒதுக்கிய உடனேயே
வாடுகிறார்கள்!"

என்று முதிர் கன்னிகளின் முடிவிலா சோகத்தை முன்னிறுத்துகிறார். வரதட்சணை என்பது ஆண்மைப் பேராசை. வரதட்சணைக் கொடுமையைப் புதுக்கவிஞர்கள் மிகுதியாகவே பாடியுள்ளனர். வரதட்சணை வாங்கும் மணமகனை 'விலைமகன்' என்பார் அமுதபாரதி. தங்கத்தையும் கொடுத்து தன்னையும் கொடுக்க முன்வரும் பெண்களின் தலையெழுத்து கடற்கரையில் எழுதப்படும் கவிதை போல் அடிக்கடி காணாமல் போகும்.

அதனால் இன்றைய சீர்த்திருத்த இளைஞர்கள் எந்தச் சீர் செனத்தியையும் எதிர்பாராமல் இந்த பெண்சீர்களை சேருவது எப்போது என்று கேட்கிறார்.

"எல்லாம்
பொன்சீர் இல்லாமல்
காய்சீராய்க்
கிடக்கின்றார் - இவர்
கனிச்சீராய்
ஆவதெந்நாள்?"

என்ற கேள்விக்கு முற்போக்கு சிந்தனையுள்ள இளைஞர்கள்தாம் பதில் கூறவேண்டும். இளைஞர்களுக்கு அறிவுரை சொல்லி நல்வழிப்படுத்தும் பெரியவர்களே தவறான பாதையில்தான் செல்கிறார். அவர்களே வரதட்சணை வாங்குவதற்கும் காரணமாகின்றனர். இதற்குத் தீர்வுதான் என்ன?

"பேரனைக்
குபேரனாக்க
பெரிசுகள்
தரகு செய்யும்!
இருமனமும் கலக்கும்
இளங்காதல்
திருமணத்தில்
வரதட்சணை - என்ற
வார்த்தைக்கே
இடமில்லை!"

என்று ஆணித்தரமாகக் கூறுகிறார். பெரியவர்கள் பெரிய மனதுடன் பிள்ளைகளுக்கு மணம் செய்வித்தால் அவர்கள்

ஏன் தவறான வழியில் செல்லப் போகிறார்கள்? காதல் என்ற காரணத்தால் பெற்றோரைப் பிரியப் போகிறார்கள்? மணம் புரிய மனமிருந்தால் போதாதா? பணம் எதற்கு? பிணந்தின்னிக் கழுகுகள் போன்று சமுதாயத்தில் வாழும் பல பணந்தின்னிகளால் நல்ல குணம் கொண்டவர்களுக்கும் தலை குனிவு ஏற்படுகிறது. கரும்பு தின்னக் கூலி கேட்கும் காளையர்களே, அந்தக் கரும்பு ஒருநாள் இறுகி, இறுகி இரும்பாவது நிச்சயம் என்று வரதட்சணைக் கொடுமையால் ஏற்படும் பெண்களின் மன வேதனையைக் கூறுகிறார்.

கணவனை இழந்த கைம்பெண்களின் நிலைமை இச்சமூகத்தில் எத்தனை வேதனைகளை அனுபவித்துக் கொண்டிருக்கிறது என்பதைக் கவிஞர் கூறும்போது கண்கள் பனிக்கின்றன. கணவன் தந்ததல்ல பெண்ணுக்கு பூவும், பொட்டும், வண்ணச் சேலையும், ஆனால் அவன் இறந்தவுடன் சமுதாயம் இந்த வண்ணப்பூக்களை கண்ணீரில் நனைத்து வெள்ளைப்பூக்களாக்கி விலங்கிட்டுவிடுகின்றன.

"இளம் பெண்,
கணவனை இழந்தால்,
கைம்பெண்
வெள்ளுடை தந்து - அந்த
பிள்ளைச் சிறுமியை
வெள்ளைத் துறவி யாய்
விலக்குகிறோம்............."[18]

என்று வெகுண்டு கேட்கிறார். நம் நாட்டை அடிமைக் கொண்ட வெள்ளையர்களே நமக்கு விடுதலை தந்துவிட்டார். ஆனால் அன்னை தேசத்தின் இந்த வண்ணப் பறவைகளின் சிறகொடித்து ரசிக்கின்றோம். இந்த வெள்ளைகளை அகற்றுவதற்கும் ஓர் ஆகஸ்ட் புரட்சி தேவை என்கிறார்.

இளமைக்கால ஆசைகளை வளமாக்க வழியின்றி இக்கன்னியர்கள் தங்கள் வயதை தீக்கிரையாக்கிக் கொண்டிருக் கின்றனர். உணவை சமைக்கும் போது இம் முதிர்கன்னிகள் அடுப்பில் விறகுக்கு பதில் தங்கள் விரகத்தை வைத்து வேக வைக்கின்றனர். இந்த கொடுமையான தீயிலிருந்து இவர்களைக் காப்பாற்ற இளைஞர்களை அழைக்கிறார்.

"......................... இந்த
தேய்பிறைகள் - மீண்டும்
பௌர்ணமியாய்
ஆவதென்று?
கொள்ளிக்கா
அவர் இளமை - இந்தக்
கொடுந் தீயை
இளைஞர்களே
அணைக்க வாரீர்!"

என்று பெண்களின் வேதனையைக் கூறுவது நம் நெஞ்சங்களை நெகிழச் செய்கிறது.

"பெண் விடுதலையைப் பெண்களே பேசும் காலம் பாரதி, பாரதிதாசனுக்குப் பின், தற்காலப் புதுக்கவிதைகளில்தான் நேரிட்டுள்ளது என்பது குறிப்பிடத்தக்கது".[20] என்ற சு. அரங்கராசு அவர்களின் கூற்றுக்கு ஏற்பக் கவிஞரின் கவிதைகளில் பெண்ணியம் ஒரு முக்கியப் பங்கை வகிக்கிறது. பெண்களின் கொடுமையைப் பெண்களே கூறுவதைக் காட்டிலும் அதை ஆண்களின் வாயிலாக அறியும் பொழுது அதன் தாக்கம் அதிகமானது என்பது உண்மையான கருத்து. அதிலும் ஆணாதிக்கம் நிறைந்துள்ள இச்சூழ்நிலையில் ஓர் ஆணே பெண்களின் பெருமை பேசுவது சிறந்த பயனை விளைவிக்கக் கூடியதாகும்.

"மையலுக்கு மட்டுமல்ல;
சமுதாயக் கிழிசல்களில்
தையல்கள் போடுகிற
'தையல்கள்' பெண்மணிகள்!"[21]

என்று மையலுக்கு மட்டுமே பெண்கள் என்று எண்ணிக் கொண்டிருக்கும் ஆண்களின் ஆணவத்திற்கு அணைபோடுகிறார்.

தான்மட்டும் கூறவில்லை இந்த தையல்களின் தவிப்பை; களம் கண்ட மறவனாம், பாவேந்தர் பாரதி தாசனும் இவர்களைப் பாடியிருக்கிறார், என்று கூறி பாவேந்தரையும் பாராட்டுகிறார். உன் கவிதையெனும் பொட்டு வைத்து, கரைசேரத் துடிக்கும் கைம்பெண்களுக்கு கவிதைக்கரங்களால் ஆறுதல் தருகிறாய்' என்று பாவேந்தரைப் பாராட்டும் பொழுது,

"விதியற்று வெறுத்திருந்த
விதவைப் பெண்ணின்
வெறும் நெற்றி யில் நீயே
பொட்டு வைத்தாய்!"[22]

என்று பாடிப் பரவசமடைகிறார். சமுதாயத்தில் மண்டிக் கிடந்த மாசுகளைக் களைந்து ஒழிப்பதில் புரட்சிக் கவிஞர் தாரா பாரதியும் பெற்றிருந்ததால் சமூகத்தில் வளர்ந்துள்ள வேண்டாத களைகளை தம் கவிதை வாளால் வெட்டி எறிகிறார். அதிலும் பெண்களுக்கு இழைக்கப்படும் அநீதிகளைத் தட்டிக் கேட்பதில் முழுவேகம் காட்டுகிறார்.

சாதியக் கொடுமை:

"சாதி என்பது ஊசியைப் போன்று மெலிந்ததல்ல, கனத்த கத்திரிக்கோல் போன்றது. அத்தகைய சாதி என்பது மனிதன் ஏற்படுத்திக் கொண்ட குறியீடு" *23* என்கிறார் மு.மேத்தா. இதே கருத்தைக் கவிஞர் தாராபாரதி தம் கவிதையில் வலியுறுத்திகிறார்.

"**கவிஞர்:** ஆண்டவா,
உன் அடியார்
நெற்றியில் வெளிப்பூசல்
நித்தம் உட்பூசல்!
உற்ற மதக் குறிகள்
ஒவ்வொன்றும் தினப்பூ சல்!
சமயக் குறிகளுக்கு
சமக் குறியே தெரியாதா?"24

என்று கடவுளிடமே துணிவோடு வினவுகிறார். சமயங்களுக்குள் இத்தனைப் பூசல் இருந்தால் நாளை நம் சமுதாயத்தின் உயிர் ஊசல் என்பது இந்த அறிவாளிகளுக்குத் தெரியாமல் போனதே என்று பரிதாபப் படுகிறார். இந்த அறிவாளிகளினால் அந்த ஆண்டவன் நிலையும் பரிதாபத்துக்குரியதே. பழி ஓரிடம் பாவம் ஓரிடம் என்பது போல் பக்தர்கள் செய்யும் பாவத் தீயில் பகவான் இறங்கித் தீக்குளிக்கிறார். அப்படியும் இறைவனின் உயர்வை உணராமல் அவரவர் தங்களின் மதங்களையும், சாதிகளையும் உயர்த்தி உயிர் விடுகின்றனர். இவர்களுக்கெல்லாம் உறைக்கும் வண்ணம் இவர் தம் கவிதையில்,

"யாரடா கீழச்சாதி
எவனடா மேல்சாதி
எல்லாரும் ஒரு சாதிதான்!
ஊரிலே தெருவிலே
உட்பகை இனியில்லை
ஒரு சாதி - தமிழ்ச் சாதிதான்!"[25]

என்று சற்றுக் கடுமையாகவே சாதியத்தைச் சாடுகிறார். மனிதனாய்ப் பிறந்த ஒவ்வொருவனுக்கும் நாடும், மொழியும் ஒன்றுதான் என்பதுபோல் சாதியும் ஒன்றாய் இருத்தல் வேண்டும். ஊருக்கொரு சாதி தெருவுக்கொரு சங்கம் என்ற சிறுமைத் தனம் ஒழிய வேண்டும்.

"நடமாடும் தெய்வங்கள்
நாட்டில் நிறைந்திருக்க
படமாடும் கோவிலிலே
பார்ப்பனர்கள் உறைந்திருக்க
கல்லுச்சாமி பேரால் தமிழா
காசை இழந்திடாதே"[26]

என்று சமய நம்பிக்கையுடைய திரு.வி.க அவர்களே இவ்வாறு எழுதும் பொழுது சமத்துவ உணர்வுகொண்ட கவிஞர் தாராபாரதி அவர்களின் கவிதைகளில் சிறிது கடுமை இருப்பது இயல்பே.

ஆதியிலே அனைவருமே ஒரு விலங்கினத்தை முன்னோர் களாகக் கொண்டவர்கள்தான் பரிணாம வளர்ச்சியில் வளர்ந்த மனிதன் இன்று ஜாதி மத பேதங்களைத் தன் தலைமேல் வைத்துக் கொண்டாடுகிறான். உயர்ந்தவன், தாழ்ந்தவன் என்று ஊருக்கொரு கொடி நட்டுக் கொண்டிருக்கிறான். ஒவ்வொரு காலக்கட்டத்திலும் இவர்களின் ஆட்டத்தை அடக்க ஒரு மாமனிதன் தோன்றுகிறான். அவ்வாறு தோன்றிய சமத்துவச் செம்மல் டாக்டர் அம்பேத்கரின் தொண்டை வழிமொழிகிறார் கவிஞர்...

"ஆதிக் குடிமகனை
ஆதிக்கக் குடிமக்கள்
வீதிக்கு அனுப்பிவிட்டு
வேற்றுமைகள் பேசுவதா? - என

தீண்டாமை என்னும்
அச்சுப் பிழையைத்
திருத்தம் செய்திட்ட
தேவன் அம்பேத்கார்!"[27]

என்று மனமாரப் புகழ்கிறார் அண்ணமலை.

"சாதி திடீரென்று தோன்றி வளர்ந்து விடுவதில்லை. ஒரு குறிப்பிட்ட இனத்தைச் சேரந்தவர்களினால் வளர்க்கப் படுவதாகும். இந்தத் தனியுடைமை வடிவம் உருத்தெரியாமல் அழிக்கப்படும்போது சாதியும் ஒரு நாள் காணாமல் போய்விடும்"[28] என்ற உண்மையினை இளங்கலைமணி குறிப்பிடுகிறார். அந்த விஷச் செடியின் வேரை எரித்துவிடு என்று வெந்தணலைக் கையில் கொடுக்கிறார் தாராபாரதி.

"எத்தனை தலைச்சாதி
இடைச்சாதி பிரித்தவன்
யாரவன்? ஆரியன்தான் ! - அந்த
எத்தனின் ஆட்சிகள்
எத்தனை! அவற்றை நீ
எரிக்கின்ற சூரியன்தான்"[29]

என்று மக்களின் மனத்தில் எம்மதமும் சம்மதம் என்ற மிகப் பெரிய மந்திரத்தை ஓதுகிறார்.

சாதியின் தன்மையைக் கூறும் பொழுது அதன் பயங்கரத்தை நாம் உணர்கிறோம்.

"சாதி என்னும்
தீர்க்க சாலி;
சாகா வரம்பெறும் பயங்கரவாதி!"[30]

என்று சாதியைச் சமூக விரோதிகளாகப் பாவித்துக் கூறுவது அவரது சமுதாயப்பற்றையும் மக்களின் மேல் அவர் வைத்திருக்கும் நேசத்தையும் நமக்கு நன்கு புலப்படுத்துகிறது.

சுய தொழில்:

'உன்னால் முடியும் தம்பி' என்று இளைஞர்களுக்கு உறுதியூட்டுவார் எம்.எஸ்.உதயமூர்த்தி. உன் சிந்தனையாவும்

புதுமைச் சிந்தனைகளாகவும் புரட்சி சிந்தனைகளாகவும் இருக்க வேண்டும் என்று இளைஞர்களைத் தூண்டுகிறார். இந்தக் கருத்தினை அடியொற்றி இளைஞர்களின் சிக்கல்களைக் கூறுகிறார். அந்தச் சிக்கலுக்குத் தீர்ப்பும் கொடுக்கிறார்.

“அணுப்பொறியில்
உன் அறிவைத் தீட்டு - நீ
அறிவியலில்
உன் புகழை நீட்டு!
கணிப்பொறியில்
புதுமைகளைக் காட்டு - உன்
கைத்திறனை
உலகறியக் காட்டு!”[31]

என்று வீரக்குரல் கொடுக்கிறார். மனித மூளை உள்ளங்கை அளவுதான் அதில் உலகையே ஆளும் மகாசக்தியும் உள்ளது, அதனால் இன்று மனிதர்களின் அறிவு வீச்சு, அறிவியலில் அசுர வேகத்தோடு ஊடுருவி எத்தனையோ ஆக்கப் பணிக்கான அணு ஆயுதங்கள் போன்றவற்றை மிகுந்த பொறுப்புணர்வோடு தயாரித்துக் கொண்டிருக்கிறது.

‘கனவு காணுங்கள்’ என்று நம் குடியரசுத் தலைவர் அப்துல்கலாம் அவர்கள் சொன்னது உறக்கக் கனவுகள் அல்ல. உரத்த சிந்தனை கொண்ட சீரிய கனவைத்தான். நம் நரம்பில் இரத்தம் மட்டுமல்ல புதுமையான கருத்துக்களும் ஓடவேண்டும். நம் செயலில் புயல் வேகம் புழுதியைக் கிளப்ப வேண்டும். அத்தகைய எழுச்சி இளைஞர்களிடம் தோன்றினால்,

“தொழில் நுட்பம்
உன்தோளைத் தொழுதிடும் - பிற
துறையாவும்
உன்காலைக் கும்பிடும்!
மழை உனது
குரல் கேட்டுச் சுரக்குமே - வான
மண்டலம் உன்
விரலசைவில் நடக்குமே!”[32]

என்று இளைஞர்களின் வேகத்திற்கு எரிபொருள் தருகிறார். ஒவ்வொரு இளைஞனும் அடுத்தவரின் வேலையை எதிர்பார்த்து நாட்களை வீணாக்குகின்றனர். ஏன் அவர்களுக்குள் தன்னம்பிக்கை இல்லை? சிறு தொழில் தொடங்கி சிறிது சிறிதாக முன்னேறி இச்சமுதாயத்தில் ஒரு பெரிய அந்தஸ்தைப் பெறவேண்டும் என்னும் மனப் போக்கு ஏன் அவர்களிடத்தில் இல்லை? ஒரு சில இளைஞர்களின் தகாத செயல்களினால் ஒட்டு மொத்த இளைஞர்களையே குற்றம் சொல்லும் இந்தச் சமுதாயம்தான் இதற்கெல்லாம் காரணம் என்பதைப் பட்டிமன்ற பாணியில் அப்துல் காதர் அவர்களிடம் இளைஞர்களுக்காக வாதிடுகிறார்.

"வாலைப் பருவத்தில் - சில
வால் நட்சத்திரங்கள் - மனித
சாலைப் பயணத்தில்
சபலப்படுவதுண்டு!
கனி மரத்திலிருந்து - சில
காய் வெம்பி
உதிர்ந்ததென்று
அடிமரத்தை
வெட்டுவதற்கு -
அப்துல் காதர்
அவசரப்படலாமா?"[33]

என்று இளைஞர்களை ஊக்கப்படுத்தாமல் சில குறைகளைப் பெரிது பண்ணி அவர்கள் வாழ்க்கையில் விரக்தியை ஏற்படுத்துவோர்க்கு தம் கவிதையால் கண்திறக்க வைக்கிறார்.

சோர்வுற்ற இளைஞனைத் தட்டி எழுப்பும் வகையில் கவிதை வடிக்கிறார். நாள் முழுவதும், வேலையின்றி விரக்தியில் வாடும் இளைஞர்களுக்கு புதுமை வரிகளால் புரட்சி செய்கிறார்.

"வெறுங்கை என்பது மூடத்தனம் - உன்
விரல்கள் பத்தும் மூலதனம்!
கருங்கல் பாறையும் நொறுங்கி விழும் - உன்
கைகளில் பூமி சுழன்று வரும்"[34]

என்ற முத்தான வரிகள் இளைஞர்களை ஒளிரச் செய்கின்றன. இவ்வரிகள் கவிஞர் சுரதாவின் மனத்தைக் கவர்ந்த வரிகள்.

நம் உள்ளத்தை உலுக்கிய வரிகள். தூங்கிக் கொண்டிருக்கும் இளைஞர்களின் இதயத்தில் ஒலித்த உயர்ந்த வரிகள். இவர் கவிதைகளைப் படிக்கும் ஒவ்வொருவர் மனத்திலும் உற்சாகம் வெள்ளம் போல் பெருகி வரும்.

சுரண்டல் ஆதிக்கம்

இன்றைய பொருளாதாரப் பற்றாக் குறையினால் நாட்டில் சுரண்டல் பேர்வழிகளுக்குப் பஞ்சமின்றி போய்விட்டது. இந்தப் பொருளாதிக்கப் போட்டி மனிதர்களிடையே கண்ணுக்குப் புலப்படாத ஒரு கசப்பை உருவாக்கி வைத்திருக்கிறது. காற்று நுழையாத இடத்திலும் ஊழல் நுழைந்துவிடும் என்பதை,

"புகை நுழையா
இடைவெளியில்
புகுந்துவிடும் ஊழல்
பகவான் எடுத்த
பத்தாவது அவதாரம்!"[35]

என்கிறார் அந்த ஊழலுக்கு எவ்வளவு சக்தியுள்ளது என்பதைப் பகவான் எடுத்த பத்தாவது அவதாரம் என்றவரிகள் மூலம் உணரச் செய்கிறார். பணமின்றி ஒன்றும் நடக்காது என்ற எண்ணம் மக்களிடையே பசுமரத்தாணிபோல் நன்கு பதிந்து போயிருக் கிறது. அதனால்தான் வெள்ளையன் நமக்குச் சுதந்திரத்தைக் கொடுத்துவிட்டுப் போனாலும் அதை அனுபவிக்காமல் சுதந்திரத்தையே சுரண்டிக் கொண்டிருக்கிறோம் என்கிறார்.

"சுதந்தரம்
என்ற சொல்லே
"சுரண்டறம்'
என்றாயிற்று"[36]

என்று சுதந்திரத்திற்குப் புது விளக்கம் கொடுக்கிறார். தொகைக் கொடுப்பதிலும் நிறைய வேறுபாடுள்ளது என்கிறார். கொடுக்கும் பணத்தின் அளவை வைத்தே விளைவுகள் கணிக்கப்படுகின்றன. இலஞ்சம் வாங்குபவர் மட்டுமல்லர்; அவர்கள் அமரும் நாற்காலியும் எதையோ எதிர்பார்த்து கொண்டிருக்கிறது என்ற நகைச்சுவையுடன் கூறுகிறார்.

“குறுந்தொகை
கொடுத்தால்
கொஞ்சமும் மதிப்பில்லை
நெடுந்தொகை
தந்தால்தான்
நிமிர்ந்தே பார்க்கிறான்!
இவன் அமரும்
நாற்காலியும்
இரு கை நீட்டிக் கிடக்கும்!”[37]

என்று இவர் கூறும்பொழுது ஊழலின் ஊடுவருவல் எத்தனை தூரம் நம் சமுதாயத்தைப் பாதித்திருக்கிறது என்பது நன்கு புரிகிறது.

“தமிழ்க் கவிதையில் ஒரு நீண்ட வரலாற்றுச் சாரமாகத் திகழ்வது அதன் மானுடக் கண்ணோட்டமாகும். இந்தக் கண்ணோட்டம்தான், வருங்கலாத்தைப் பற்றிய ஆக்கரீதியான இந்தப் படைப்புக் கற்பனைதான் தமிழ்க் கவிதையில் தொடர்ந்து வரும் உயிர்ப்புள்ள சாராம்சமாகும்”[38] என்று சு.அரங்கராசன் கூறுவார். அந்த வகையில் கவிஞரின் கவிதைகள் அனைத்துமே மானுடக் கண்ணோட்டத்தைக் கொண்டவைதாம். மக்களின் அடிப்படை அத்தியாவசியத்தைப் பாடுவதே இவர் கவிதையின் சாராம்சமாகும்.

ஆட்டைக் கடித்து, மாட்டைக் கடித்து கடைசியில் மனிதனைக் கடிப்பது போல், சமுதாயத்தில் எல்லாத் துறைகளிலும் தன் கைவரிசையை காட்டிய ஊழல் உலக நாயகன் வாழும் கோவிலையும் விட்டு வைக்கவில்லை என்கிறார்.

“தரும தேவனின்
வாசலில் இரண்டு
தண்டல் நாயகர்
துவார பாலகர்!
“வருவோர் தருவார்,
தருவோர் நுழைவார்
வசதி எப்படி?
அதற்கேற்ப அனுமதி

விரல் மொழியாலே
பொருளுரை' எழுதினார்
வாயில் காப்போர்!"[39]

என்று ஆலயங்களிலும் அன்பளிப்பு தேவைப்படுகிறது என்று நாசூக்காகச் சொல்கிறார். மனிதர்களிடம் அன்பை விட அன்பளிப்புக்குத்தான் மதிப்பு மிக அதிகம் என்பதை இக்கவிதை காட்டுகிறது. அதனால்தான் தீர்க்க முடியாத இந்தச் சிக்கலுக்கு வழக்குத் தொடர்ந்ததை வாபஸ் பெற்றுக் கொண்டு ஊழலிருக்கும் திசைக்கு உரத்த குரலில் இந்த மந்திரத்தைச் சொல்லி முடிக்கிறார்.

"ஊழல் தர்மம் கச்சாமி!
ஊழல் சத்யம் கச்சாமி!
ஊழல் சரணம் கச்சாமி!"[40]

என்று ஊழல்தான் தற்போதைய சூழலில் எல்லாமாக இருக்கிறது என்றும், அந்த பரம்பொருள் பல பெயர்களைப் பெற்றிருப்பது போன்று, கையூட்டு, இலஞ்சம், ஊழல், சுரண்டல் போன்ற பல பெயர்களை இது பெற்றிருப்பதால் சத்யம், தர்மமும் ஆக இது மக்களிடையே மதிக்கப்படுகிறது என்று எழுதுகிறார் படைப்பாளர்.

அரசியல் நிலை:

ஒரு சமுதாயத்தைச் சீர்தூக்கும் தலைமைப் பீடம்தான் அரசியல். அரசியல் வாதிகள் தாம் மக்களின் நன்மை தீமைகளுக்குக் காரணமாகின்றனர். இன்றைய அரசியல் நிலைமை புதுக் கவிஞர்களுக்கெல்லாம் எழுத எழுதச் செய்தி கிடைக்கும் பாடுபொருள் ஆகும். ஆனால் தற்போதைய அரசியல் சூழ்நிலை ஒரு நல்ல எண்ணத்தை யாரிடமும் உண்டாக்கவில்லை. கட்சிகளிடையே நிலவும் குழப்பம் பொதுமக்களை ஒரு சரியான பாதையில் கொண்டு செல்லவில்லை. இதை கவிஞர்.

"நிற்கும், இவன்
ஒரு கட்சி - இவன்
நிழலோ மறுகட்சி!
பொய்களை உடுத்திய

நாக்குகளுக்குப்
போஜனம் நிறையக்
கிடைக்கிறது - அதைப்
பொதுஜனம் தேடிக்
கொடுக்கிறது!"[41]

என்று பாடுகிறார். கொள்கையைக் கட்டிக் காக்கும் கட்சிகளுக்குள் கட்டுப்பாடு இல்லை. அரசியல் வாதிகளிடம் ஒரு நிலையான தன்மை கிடையாது. சுயநலவாதிகளின் பொய்களுக்கு பொதுஜனம் புரியாமலே சோறுபோட்டு வளர்த்து வருகின்றனர் என்று அரசியல் வாதிகளின் முகத்திரையைக் கிழிக்கிறார். பொது ஜனங்களின் அறியாமையை உரைக்கிறார்.

நாம் சுதந்திரம் பெற்றவுடன் நம் கனவுகள் எல்லாம் நிறைவேறும், நம் எதிர்ப்பார்ப்புகள் எல்லாம் கையில் வந்து சேரும் என்று ஏங்கிய பொதுமக்களின் ஆசைகளை நிராசையாக்கிய அனுபவ உணர்வு ஏ.அரங்கநாதனின் 'சுதந்திரம்' என்ற கவிதையில் நன்கு விளங்கும்.

"இரவிலே வாங்கினோம்.
இன்னும் விடியவேயில்லை"[42]

என்னும் நெருப்புக் கவிதைகளைப் போன்றது தாராபாரதியின் கவிதைகள். அதிலும் சமுதாயத்தின் சீர்கேடுகளைச் சொல்லும் போது வார்த்தைகள் நம்மைச் சுடும். அது போன்றதொரு கவிதையை இங்கே படைக்கிறார்,

"மனசாட்சியை விற்கும்
மக்களின் தலைவர்கள்
கனவான் அச்சகத்தின்
கையடக்கப் பதிப்புகள்!
தேர்களை உடைத்துத்
தீக்குச்சி செய்பவர்கள்;
வேர்களைப் பறித்து
விறகாக் குபவர்கள்"[43]

இந்தக் கவிதையின் வரிகள் ஒவ்வொன்றும் அரசியல் வாதிகளின் அப்பட்டமான குணங்களை விளக்குகின்றன. தன் தேவைக்காக எதையும் செய்யக் கூடியவர்கள் என்பதை எடுத்துக் காட்டுகிறார்.

செல்வந்தர்களின் கைக்கூலிகள் என்பதையும் அழகிய உவமை கொண்டு விளக்குகிறார்.

பொதுமக்களின் பணத்தில் தான் இவர்களின் பகட்டான வாழ்க்கை நடந்து கொண்டிருக்கிறது. நாட்டின் முன்னேற்றத்திற்குக் குடிமக்களைத் தக்க வழியில் பயன்படுத்தாது தன்னலமான வாழ்க்கை வாழ்பவர்கள் இவர்கள் என்கிறார்.

"அரசியல் வாதி சிலரின்
அலங்கார மாளிகைகள்
பரிசிலாய் நாம் தந்த
'பைசா' கோபுரங்கள்!
தக்கவழிகாட்டும்
தலைவர்களை விடவும்
தாக்கவழி காட்டும்
தலைவர்களே பெருகுகிறார்!"[44]

இந்தக் கவிதையில் மக்களின் வாழ்க்கை அலைகடல் துரும்பாய் மாறிவிட்டதே என்ற கவிஞரின் மனிதாபிமானம் தெரிகிறது. இனிமேலாவது பொதுமக்கள் புரிந்து நடந்துகொள்வார்களா என்ற ஆதங்கம் காணப்படுகிறது. "இன்றைய சுதந்திரம், அரசியல், அரசியல்வாதிகள், ஜனநாயகம், சோஷலிசம், திட்டங்கள் இவற்றுக்கு கவிஞர்கள் கொடுக்கும் விளக்கங்களிலிருந்து ஆழ்ந்த சமுதாய உண்மையை மறைமுகமாக எல்லாக் கவிதைகளுமே உணர்த்துகின்றன என்பது புலனாகிறது"[45] என்று சு.அரங்கராசு கூறியுள்ளார். அவர் கூற்று தாராபாரதியின் கவிதைகளுக்கு நூற்றுக்கு நூறு பொருந்தும்.

சமூகத்தில் கிடக்கும் தீராத நோய்களைத் தீர்க்க வேண்டிய இந்த அரசியல்வாதிகளே பதவி நோய் பிடித்த நோயாளிகளாக வாழ்கின்றனர் என்பதைக் கூறி,

"அரசியல் வாதி
சந்தர்ப்ப வாதி
பதவி ஆசை அகலா வியாதி!"[46]

என்று பட்டம் கொடுக்கிறார். இவர்களுக்குப் பதவி என்பது பணம் காய்க்கும் மரம். எனவே பதவியின் இன்றியமையாமையும், அரசியல்வாதிகளின் கடமையையும் உண்மையைப் புரிய வைக்க

வேண்டும். மக்கள் தொண்டே மகேசன் தொண்டு என்னும் மந்திரத்தை 'மாண்புமிகு'க்களின் மனத்தில் பதிய வைக்கவேண்டும்.

காதல்:

இறைவன் படைப்பில் எல்லா உயிர்களுக்கும் பொதுவானது இந்தக் காதல் உணர்வுதான். விலங்குகளிடத்தும் மனதில் ஒரு நெகிழ்வை உண்டாக்கவல்லது. மனிதர்களிடையே புரிதலை வளர்ப்பது. அவர்களின் செயற்பாட்டிற்கு இவ்வுணர்வு இன்றியமையாததாய் கருதப்படுகிறது.

"இன்பமும் பொருளும் அறனும் என்றாங்கு
அன்பொடு புணர்ந்த ஐந்திணை"[47]

என்றார் தொல்காப்பியர். இன்பமே அனைத்து நிகழ்வுகளுக்கும் முதற்காரணமாகிறது. எல்லைகளைக் கடந்தும் எல்லோரிடத்தும் ஈர்ப்பை தரும் இக்காதல் நின்று நிலைக்கும் சக்தியுடையது.

"காதல் இன்றைய புதுக்கவிதைகளில் வாழ்க்கையின் முக்கிய கூறுபாடுகளுள் ஒன்றாகக் கருதப்பட்ட நிலையினின்று மாறி அன்றாடம் சிக்கல்கள், சமுதாயக் கட்டுப்பாடுகள் இவற்றால் தன் ஆதிக்கத்தினின்று குறைந்து வருகின்ற நிலையில் பாடப்பெறுகின்றது."[48] என்கிறார் ஆ. செகந்நாதன். அந்த வகையில் சமுதாயக் கூறுகளிலும் சரி, இயற்கை நிகழ்வுகளிலும் சரி காதலின் ஊடுருவல் ஒரு நூலிழை போன்றேனும் காணப்படுகிறது. இந்த இரண்டின் காதலையும் தாராபாரதி அவர்கள் ஒப்பிட்டு ஒரு சமுதாய விழிப்புணர்வை ஏற்படுத்துகிறார்.

"வானமே
நிலமகளும் நீயும்
நெடுநாள் காதலர்கள்!
'நீர்' வடிவத்தில்
நீ அவளைத்
தழுவுகிறாய்;
'ஆவி' உருவில் வந்து
அவள் உன்னை
அணைக்கிறாள்!
தொட்டுக் கொள்ளாமலே
தூய்மைக் காதலிது

இங்கே, மானிட ரோ
தொட்ட பிறகுதான்
தொடங்குகிறார்
காதலிக்க!"[49]

என்று மிக அழகாக இயற்கையின் தூய்மையான காதலையும், மானிடரின் சுயநலக் காதலையும் இணைத்து ஒரு புரட்சிமிக்க காதல் கவிதையைத் தருகிறார். இதில் சமூக நலனும் உட்பொருளாக இருப்பதை நாம் காணலாம்.

இதுபோலவே சமுதாய அக்கறையோடு இன்னொரு கவிதையையும் வடிக்கிறார். காதல் என்றாலே இன்பமூட்டுவது என்பது அநேகரின் கருத்து. ஆனால் அந்த மூன்றெழுத்து மந்திரத்தால் நாட்டின் சீர்கேடுகளையும் களையலாம் என்று கூறுகிறார் கவிஞர்.

"காதல் நதிகள் ஒன்றாய்க
கலக்கும் சங்கமத்தில்
சாதி வெளுக்கிறது.
சமத்துவம் படைக்கிறது!
ஆதலினால்
காதல் செய்வீர்
உலகத்தீரே! - அதனாலே
சாதிபோம்
பேதம் போம், போம்,!"[50]

என்று காதலினால் சாதியென்னும் அரக்கனை அழித்திடலாம் என்று புது வழியைக் காட்டுகிறார். காதல் என்னும் கருவியைக் கொண்டு இந்த சமுதாயத்தின் தேவையற்ற சகதிகளை அழித்திடுவோம் என்று காதலின் சக்தியை விளக்குகிறார்.

இதுவரை புதுமைக் காதலை சொல்லிய கவிஞர் இப்பொழுது சங்க இலக்கியங்களில் தலைவன் தன் காதல் தலைவியை வருணிக்கும் பாங்கில் தன் காதலியை வருணிக்கிறார்.

"கண்ணிமையில் தூதுவிட்டு
கைவிரல்கள் மேனிதொட்டு
காதலியோ அசைந்து வரும்
பூரதம் - இவள்

மின்னலிடை ஆடிவர
மீன் விழிகள் ஓடிவர
மின்மினியாய்க் காட்டுகிற
நாடகம்!"[51]

இதில் ஒரு காதலனின் மனநிலையை அப்படியே எடுத்துக் காட்டுகிறார். தன் காதலியை நினைக்கையில் அக்காதலனின் உணர்வுகள் எப்படிக் கவிதையாய் உருவெடுக்கின்றன என்பதைக் கவிஞரின் கவி வரிகள் தெளிவாகக் காட்டுகின்றன. இதில் கவிஞரின் நுணுகிய பார்வை நன்கு தெரிகிறது.

காதல் என்பது ஒரு இனிய அனுபவம் என்றால் அந்தக் காதலில் ஊடல் பேரின்ப அனுபவம், காதலி தன் காதலனின் ஊடலைத் தீர்க்க அற்புதமான உவமைகள் கொண்டு கவிதைபாடுவதாக கவிஞர் கூறுகிறார்.

"அத்தான்!
விண்மீது மின்னல் வெட்டி
விரிசல்கள் வந்த துண்டா?
மண் மீது கலப்பை கீறி
மண் மேனி புண்ணா யிற்றா?
கண்மீது இமைகள் உரசிக்
காயங்கள் பட்ட துண்டா?
தண்ணீரில் துடுப்பு மோதித்
தழும்புகள் வந்த துண்டா?
கண்ணீரின் வெப்பம் பட்டா
கன்னத்தில் கொப்பு ளங்கள்?
என்மீது உங்கள் கோபம்
இலைமீது காற்று போல!"[52]

இக்கவிதை முழுவதுமே உவமைகளால் நிரம்பி நம்மை உவகைக் கொள்ளச் செய்கின்றது. காதலியாய்த் தன்னைப் பாவித்து ஊடல் கொண்ட காதலனை உருக்கிவிடும் வகையில் கவிதை பாடுகிறார் நம்மையும் உருக வைக்கிறார்.

கவிதை என்னும் பெயரில் காகிதங்களை நிரப்பிக் கொண்டிருக்கும் சிலரின் பார்வை இவர்தம் கவிதைகளை வாசிக்குமேயானால் கவிதைக்கும் கற்றுத் தரும் சக்தி உண்டு

என்பதை உணர்வார்கள். ஒருவனின் உள்ளத்தைக் காதல் தொட்டவுடன் ஓராயிரம் கவிதைகள் ஓடிவந்து விழுகின்றன. ஆனால் சமுதாய சீர்த்திருத்தக் கண்ணோட்டத்தில் எத்தனை பேர் கவிதை எழுதுகின்றனர் என்றால் அதை விரல் விட்டு எண்ணிவிடலாம். அதில் முதல் விரலாய் நிற்பவர் இந்த மனித நேயக் கவிஞர் தாராபாரதி என்றால் அது மிகையாகாது.

அமைதிக்கு வழி:

சமுதாயத்தில் புரையோடிக் கிடக்கும் பல சமூக விரோதச் செயல்களுக்கு என்னதான் தீர்வு? மக்கள் காலந்தோறும் இந்தச் சிக்கலை அனுபவித்துக் கொண்டுதான் இருக்கவேண்டுமா? நாம்தான் இந்த வேதனைகளில் உழன்று கொண்டிருக்கிறோம். நம் சந்ததிகளாவது சந்தோஷமுடன் வாழ ஒருநல்ல சமுதாயத்தை உருவாக்க முயல்வோம் என்கிறார் கவிஞர். அதற்காக நம் தேசத் தலைவர்களின் தீரச் செயலை நம் முன் எடுத்துக்காட்டி எழுச்சியூட்டுகிறார். சாதிக்குச் சவுக்கடி கொடுத்த மகாகவி பாரதியாரைப் பற்றி பாடுகிறார்.

"பிறவியால் எவனுமிங்கே
பிராமணன் ஆவதில்லை;
அறிவுடன் ஒழுக்கம் சேர்ந்தால்
அந்தணன் ஆவான் என்றாய்!
வெற்று 'மை'யால் சிலர் - இங்கு
வேற்றுமையை விளக்குகையில்
ஒற்றுமைக்கு விதை தூவி
ஒருமையினை வளர்த்தவன் நீ!"[53]

என்று பாரதியின் சமுதாயச் சீர்திருத்தக் கொள்கையினை நமக்கு விளங்க வைக்கிறார். நாம் ஒவ்வொருவரும் இதுபோன்ற சிறந்த சிந்தனையை வளர்த்து சிக்கல்களைத் தீர்த்திடவேண்டும். ஒற்றுமையினை வளர்த்திட வேண்டும்.

மானத்தையே உயிராய் மதிக்கும் நம் தமிழரிடையே ஏன் இந்த மாற்றம். ஒருவருக்கொருவர் உயர்ந்தவன், தாழ்ந்தவன் என்ற மனப்பான்மையை வளர்த்துக்கொண்டு நாட்டு வளர்ச்சியை தடுத்துக் கொண்டிருக்கின்றனர். இந்தத் தீயசக்திகளை அழிக்க அன்று ஒரு பெரியார் தோன்றியது போன்று இன்று ஒரு மகான்

தோன்ற வேண்டும் என்னும் கருத்தை உரைக்கும் வகையில் கவிதை படிக்கிறார்.

"பிறப்பால் மனிதர் சரிசமம் என்று
பெருமை தந்தது குறளேடு - அதை
மறுத்த இனத்தின் மமதை அடக்கி
மதிப்பைப் பெற்றது ஈரோடு!
ஒழுக்கம் மானம் பண்பா டென்று
உரைக்கும் வள்ளுவர் குறள் நாடி;
அழுக்கை விலக்கிக் கிழக்கை வெளுத்தது
அதுதான் பெரியார் வெண்தாடி!"[54]

என்று பிறப்பால் அனைவரும் சமம் என்ற உயர்ந்த சிந்தனையைக் காட்டுகிறார். ஒரு மனிதனுக்கு உயிர் மூச்சாய் இருக்க வேண்டியது ஒழுக்கம், மானம், பண்பாடு இதை இரண்டாயிரம் வருடங்களுக்கு முன் வள்ளுவர் சொல்லிவிட்டுச் சென்றார். ஆனால் அதை நடைமுறைபடுத்த வந்த நல்லவர் சிலரே. அவர்களுள் பெரியாரும் ஒருவர். அவரை நினைவில் கொண்டு நாமும் வள்ளுவர் வழியில் நடந்தால் நாடு சொர்க்கபுரியாகும். எந்த பிரச்சினைகளுமின்றி மக்களும் அமைதியான வாழ்வைப் பெறுவர்.

எந்த மனிதனுக்குள் ஒழுக்கம் உயர்ந்திருக்கிறதோ அவனால்தான் இந்தச் சமுதாயப் பிரச்சினைகளைத் தீர்க்க முடியும். அந்த உயர்ந்த மனிதனாக நாம் இருக்கலாமே. நாம் பிறந்த மண்ணை இந்த உலகம் போற்றும் வகையில் உயர்த்திக் காட்டலாமே என்று உள்ளத்தில் பொங்கும் உணர்ச்சிகளை கவிதையில் அருவியாகக் கொட்டுகிறார்.

எனவே நம்முடைய அமைதி வேறெங்கும் இல்லை; நம்மிடம்தான் உள்ளது என்ற உண்மையை உணர்ந்து நம் தாயகத்திற்கு உண்மையானவர்களாக இருப்போம். ஒருமைப் பாட்டை ஓங்கச் செய்வோம்.

ஆய்வு முடிவுகள்:

"மக்களின் தொடர்பிற்கு ஊடகமாக விளங்கும் மொழியால் அமைந்த கவிதைகள் சமுதாயத்தின் படைப்பாக விளங்கிச் சமுதாயத்தைப் புரிந்து கொள்ளப் பயன்படுகிறது"[55] என்கிறார்

கிறிஸ்டோபர் கால்ட்வெல். ஆகவே சமுதாய நிலையை கவிதைகள் நேரடியாகவே புலப்படுத்துவதை நம்மால் புரிந்து கொள்ள முடிகிறது.

ஒரு நாட்டை இரண்டாக்கும் சக்தி சாதிக்கு உண்டு. அந்தச் சாதியை வேறோடு அழிக்கக்கூடிய கருவிகள் இன்னும் முழுமையாகத் தோன்றவில்லை. இதுபோன்ற கவிதைகள் தான் அந்த நச்சுச் செடியை வளரவிடாமல் அவ்வப்போது வெந்நீர் ஊற்றிக் கொண்டிருக்கின்றன. தாராபாரதியின் கவிதைகளில் சாதியை சாகடித்து ஒருமைப்பாட்டுணர்வு தோன்ற உன்னதமான வழி கூறப்பட்டுள்ளது.

சமுதாயத்தின் மற்றொரு தலையாய பிரச்சினை வறுமை. ஏழைகளுக்கு மட்டுமே உரிய சொத்து. இந்த நாட்டில் எச்சில் இலைகளில்தான் ஒருமைப்பாடு வளர்கின்றது. பணக்காரன் பசியாறி எறிந்த இலையில் ஏழையும் உண்கிறான். ஆனால் இது ஆரோக்கியமான ஒருமைப்பாடு அன்று. ஏழையும், பணக்காரனும் அருகருகே அமர்ந்து உண்ண வேண்டும். இருவர் இலைகளில் மட்டுமின்றி மனங்களிலும் கூடுதல் குறைவு இன்றி சரிசமமாக இருக்கவேண்டும். அப்பொழுதுதான் இந்த வறுமை ஒழியும் என்று கவிஞர் தன் எழுதுகோலைப் புதிய உலகிற்குத் திறவு கோலாக்குகிறார்.

மங்கையராய்ப் பிறப்பதற்கு மாதவம் செய்திடல் வேண்டும் என்று கவிமணி பெண்களின் பெருமையைப் பேசுகிறார். ஆனால் இங்கே எத்தனைப் பெண்களால் சுதந்திரமாய் தம் எண்ணங்களைச் செயல்படுத்த முடிகிறது. கைம் பெண்களின் வாழ்க்கை இந்தச் சமுதாயத்தில் எவ்வளவு அலங்கோலப் படுத்தப்படுகிறது என்பது இந்த ஆய்வின் மூலம் நமக்கு நன்கு விளங்குகிறது. அதுமட்டுமின்றி ஒவ்வொரு நிலையிலும் நூற்றுக்குத் தொண்ணூறு சதவீதம் பெண்களின் பாடு மிகவும் பரிதாபத்திற்குரியதுதான். எனவே பெண்களுக்கு முழுமையான சுதந்திரம் தரவேண்டும் என்பதை கவிஞர் தம் கவிதைகள் மூலம் தெளிவாகக் கூறியிருக்கிறார்.

மேலும் இந்தச் சமுதாயத்தில் இளைஞர்களை மிகவும் சோர்வடையச் செய்வது வேலையில்லாத் திண்டாட்டம். கல்விச் சாலைகளின் தனி ஆதிக்கம், ஒவ்வொரு துறையிலும்

இளைஞர்களுக்கு அவ நம்பிக்கை ஏற்படும் விதமான அரசியல் சூழ்நிலை என்று சமுதாயமே ஒரு வெற்றுப்பூச்சியம் போல் இளைஞர்களின் கண்களுக்குத் தோன்றுகிறது. இதை மிக விரைவாக செப்பனிடாமல் போனால் இன்றைய இந்நாட்டு மன்னர்கள் நாளை ஒரு சிப்பாய் அளவிற்கு கூட தன்னைச் செதுக்கிக் கொள்ளமுடியாது என்று கூறி அவர்களுக்கு உடனடியாக சுயதொழில் முறையில் ஊக்கம் கொடுக்க வேண்டும் என்று கவிஞர் தம் கவிதையில் கூறியிருப்பது இந்த ஆய்வில் நன்கு புலப்படுத்தப்பட்டுள்ளது.

இலஞ்சம் என்னும் அரக்கனை அழித்தோமானால் எண்ணற்ற நல்ல தேவதைகளை நாம் இனம் கண்டு கொள்ளலாம். இந்தக் கையூட்டுப் பணத்தில் ஒருவர் தன் வீட்டில் உலை வைக்கும் பொழுது எத்தனையோ உயிர்களுக்கும் சேர்த்து உலை வைக்கிறார் என்றால் மிகையாகாது. எனவே இந்த ஊழலை உலகத்தை விட்டே ஒழித்துக்கட்டவேண்டும் என்ற கவிஞரின் விழைவு எடுத்துக் காட்டப்பட்டுள்ளது.

மேலும் சமூக நோய்களானப் போதை, மதுக் கொடுமை, இளம் குற்றவாளிகள், விலைவாசி உயர்வு, பத்திரிகைகளின் கவனக்குறைவு போன்றவற்றைத் தக்க வைத்தியம் செய்து விரட்ட வேண்டும். பாருக்குள்ளே நல்ல நாடு நம் பாரத நாடு என்னும் பாரதியின் கனவை நனவாக்க வேண்டும். பார் முழுவதும் நம் தேசத்தின் நேசத்தைக் கண்ணாடிபோல் காட்டவேண்டும். ஒவ்வொரு உயிரும் அமைதியான வாழ்வு பெற அயராது உழைக்கவேண்டும்.

சான்றெண் விளக்கம்:

1. அருணன் - "இலக்கியம் எப்படிப் பிறக்கிறது?" மார்க்ஸிகிய அழகியல் தொடர் கட்டுரை, செம்மலர், ஏப்ரல் ப. 79
2. ஈரோடு தமிழன்பன், இது எங்கள் கிழக்கு (அணிந்துரை), ப. 8
3. மேலது, ப.9
4. கவிஞர் மலர்மகன், இன்னொரு சிகரம், (அணிந்துரை) ப. 3
5. கவிஞர் தாராபாரதி, பூமியைத் திறக்கும் பொன்சாவி, பக்.18
6. மேலது, ப. 93

7. சாவித்திரி ந. கவிஞர் தாராபாரதியின் கவிதைகள், ஓர் ஆய்வு ப. 80
8. கவிஞர் தாராபாரதி, பூமியைத் திறக்கும் பொன் சாவி, ப. 93
9. மேலது, ப. 93
10. அறிவொளி அ. எம்.ஏ.பாரதிதாசன் தனித் தன்மை, பக். 33,34
11. கவிஞர் தாராபாரதி, பூமியைத் திறக்கும் பொன் சாவி, ப. 94
12. கவிஞர் தாராபாரதி, இன்னொரு சிகரம், ப. 29
13. மேலது, ப. 54
14. மேலது, ப. 53
15. கவிஞர் தாராபாரதி, பூமியைத் திறக்கும் பொன்சாவி, ப. 37
16. மேலது, ப. 37
17. மேலது, ப. 51
18. மேலது, ப. 60
19. மேலது, ப. 60
20. அரங்கராசு சு.தமிழ்ப் புதுக்கவிதை, ஒரு திறனாய்வு, ப. 314
21. கவிஞர் தாரா பாரதி, இது எங்கள் கிழக்கு ப. 28
22. கவிஞர் தாராபாரதி, இன்னொரு சிகரம், ப. 87
23. மேத்தா. மு, அவர்கள் வருகிறார்கள், பக், 35,36
24. கவிஞர் தாராபாரதி, பூமியைத் திறக்கும் பொன்சாவி, ப. 89
25. கவிஞர் தாராபாரதி, இன்னொரு சிகரம், ப. 26
26. அறிவொளி அ.எம்.ஏ, பாரதிதாசன் தனித்தன்மை, ப. 23
27. கவிஞர் தாராபாரதி, இன்னொரு சிகரம், ப. 99.
28. இளங்கலை மணி, விடியல் கீதம், ப. 40.
29. கவிஞர் தாராபாரதி, இன்னொரு சிகரம், ப. 26
30. மேலது, ப. 59
31. மேலது, ப. 20
32. மேலது, ப. 20
33. கவிஞர் தாராபாரதி, பூமியைத் திறக்கும் பொன்சாவி, ப. 53
34. கவிஞர் தாராபாரதி, இது எங்கள் கிழக்கு, ப. 33
35. கவிஞர் தாராபாரதி, பூமியைத் திறக்கும் பொன்சாவி, ப. 30

36. மேலது, ப. 30
37. மேலது, ப. 32
38. அரங்கராசன், சு, திறனாய்வுக் கட்டுரைகள், ப. 184
39. கவிஞர் தாராபாரதி, பூமியைத் திறக்கும் பொன்சாவி, ப. 86
40. மேலது, ப. 38
41. மேலது, ப. 30
42. அரங்கராசு சு, தமிழ்ப் புதுக்கவிதை, ஒரு தினாய்வு, ப. 228
43. கவிஞர் தாராபாரதி, இன்னொரு சிகரம், ப. 63
44. மேலது, ப. 60
45. அரங்கராசு சு, தமிழ்ப் புதுக்கவிதை, ஒரு தினாய்வு, ப. 228
46. கவிஞர் தாராபாரதி, இன்னொரு சிகரம், ப. 59
47. தொல்காப்பியம், களவியல் நூற்பா, ப. 1
48. செகந்நாதன். அ, புதுக்கவிதை ஒரு திறனாய்வு, ப. 93
49. கவிஞர் தாராபாரதி, பூமியைத் திறக்கும் பொன்சாவி, ப. 15
50. கவிஞர் தாராபாரதி, இன்னொரு சிகரம், ப. 67
51. மேலது, ப. 78
52. மேலது, ப. 81
53. மேலது, ப. 85
54. மேலது, ப. 94
55. Christopher Cauldwel, Illusion and Reality, page No. 5

■

நடைநலம்

இயல் மூன்று

பதினாறு வயதுமுத லாகத் 'தாரா
பாரதி'க்குப் பாட்டெழுதும் பயிற்சி உண்டு!
நதிநீரை அதன்கரைகள் அறியும்; இந்த
நண்பர்கவித் திறமையைநான் அறிவேன்! முன்பு
'புதுவிடியல்' எனும்நூலைப் படைய லாக்கிப்
புகழ்பெற்று விளங்குமிவர் அடுத்த தாக
'இதுஎங்கள் கிழக்' கென்னும் புதிய நூலை
இப்போது நம்மவர்க்கு வழங்கி யுள்ளார்!

- உவமைக்கவிஞர் சுரதா

இயல்: 3

நடைநலம்

முன்னுரை:

தற்கால நடையியலின் தந்தை என்று கருதப்படும் சார்லஸ் பாலியின் கருத்துப்படி "நடையியல் என்பது மொழியிற் காணப்படும் உணர்ச்சிக் கூறுகளின் ஆய்வேயாகும். ஏற்கனவே முடிவுசெய்யப்பட்ட ஒரு கருத்துடன் விரும்பிச் சேர்க்கப்படுவனவாகும்"[1] என்று மொழிநடையை விளக்கிச் சொல்கிறார்.

நல்ல சொல்நடை இழிவழக்கற்றதாகவும் பொருள் தெளிவு உடையதாகவும் இருத்தல் வேண்டும். பொருள் தெளிவிற்கு வழக்குச் சொற்கள் விரவி நிற்கும் நடையே ஏற்றது. மேலும் "நீட்டல், குறுக்கல், திரிதல் ஆகிய மாறுபாடுகளைப் பெற்ற சொற்கள்தாம் நடைக்குப் பொருள் தெளிவைத் தரவல்லன. இச்சொற்கள் வழக்குச் சொற்களினின்றும் சற்று வேறுபட்டிருத்தலின் கவிதையாம் கவின் வடிவையும் தருகின்றன"[2] என்று அ.அ.மணவாளன் கூறுவார். இச்சிறப்பனைத்தும் கவிஞர் தாராபாரதியின் கவிதைகளில் பொலிந்திடக் காணலாம்.

நடை என்பது ஓர் ஆசிரியரின் தனித்தன்மையை வெளிப்படுத்தும் வாயிலாகும். ஒரு நல்ல ஆசிரியரை அவரின் நடையின் வாயிலாகவே வாசகர் இனங்கண்டு கொள்ளலாம். அந்த வகையில் தாராபாரதியின் நடைத்திறம் எளியோரும் புரிந்துகொள்ளும் வண்ணம் அதேசமயம் சத்தான கருத்துக்களுடனும் காணப்படும். அவர்தம் கவிதை நடையினை ஆறு தலைப்புகளாகப் பகுத்து அறிதலே இவ்வியலின் நோக்கமாகும்.

அவையாவன:

1. உணர்ச்சி நடை
2. கருத்து நடை
3. எள்ளல் நடை
4. வருணணை நடை
5. சந்த நடை
6. எதுகை மோனை நடை

1. உணர்ச்சி நடை:

கவிஞர் தாம் கூறவந்த கருத்தைப் படிப்பவர் மனதில் பதிய வைக்கவேண்டுமெனில் உணர்ச்சி மிக்க நடை இன்றியமையாததாகும். நம் இந்தியக் குடிமகன்களின் உழைப்பை எடுத்துரைக்கிறார்.

"'இந்தியர், நாம்
ஆக்கத்தோடு
ஆராய்ந்திட்டால்
அமெரிக்காவும்
பின் தங்கும்
ஊக்கத்தோடு
உழைக்க முனைந்தால்
உருசிய நாடும்
பின்னடையும்"[3]

என்று உணர்ச்சி பொங்கக் கூறி இந்தியர்களுக்கு புதிய உலகின் தாள் திறக்க வழிகோலுகிறார். இதன் உறுதியான கருத்துகளை எளிய சொற்களைக் கொண்டு நமக்குப் புரியவைக்கிறார். இந்த நடையின் ஏற்ற இறக்கம் படிக்கும் போதே உணர்ச்சியைத் தூண்டுவன. "ஒரு கவிதை வழக்கிலிருக்கும் சொற்களின் பொருள், ஒலிப்பு ஆகியவற்றால் கவிதையோடு ஒன்றுபட்டிருத்தலின் பொருள் தெளிவையும் தருகின்றன".[4] இத்தகைய தெளிந்தவரிகளைக் கொண்டதே இக்கவிதை.

ஏழைகளுக்கு நேரும் கொடுமையைப் பற்றிக் கூறும்பொழுது அவர்களின் பிரதி நிதியாகவே மாறிவிடுகிறார்.

"முடக்கப்பட்டுக் கிடக்கும்
அடிமைத் துன்பம்
முடிக்கப் பட்டாலன்றி
முடிவே இல்லை;
அடக்கப்பட்டுக் கிடக்கும்
ஏழ்மைத் தீதான்
அணைக்கப் பட்டாலன்றி
பெருமை இல்லை!
கிடக்கட்டும்
உறிஞ்சும் வர்க்கம்;
கிளர்ந்தெழுந்து
வாருங்கள்
தீ அணைக்க!"[5]

என்று அடிமைத் தளையைத் தகர்க்கக் குரல் கொடுக்கிறார். இந்தக் கவிதையின் கரு எவ்வளவு கடினமோ அந்த அளவு கவிதையின் நடையிலும் காணப்படுகிறது. இதில் வல்லெழுத்து மிகுந்து வருவதால் இது வல்லிசை வண்ணமானது. "வண்ணம் என்ற தலைப்பில் பாட்டின் ஓசையை இருபது வகையாகப் பாகுபாடு செய்துள்ளார் தொல்காப்பியனார். அவையாவும் பாட்டின் வடிவு பற்றிய விளக்கங்களாகும்"[6] அந்த வகையில் இவ்வுணர்ச்சிகரமான வடிவுக்கு வல்லிசை வண்ணத்தைப் பயன்படுத்தியுள்ளார் கவிஞர்.

இன்று காணப்படும் சாதி வெறியால் எத்தனையோ அப்பாவி மக்களின் உயிர் பலியாகிக் கொண்டிருக்கிறது. அதைக் காணச்சகியாமல், நாம் அனைவரும் ஓர் இனம், நமக்குள் பிரிவினை இருக்கக்கூடாது என்பதனை அழுத்தமான சொற்களால் கூறுகிறார்.

"என்ரத்தம் உன்ரத்தம்
இரண்டும் தமிழ்ரத்தம்
எதற்கு நமக்குள் யுத்தம்?
உன் சுற்றம் என்சுற்றம்
ஊர்முற்றும் நம் சுற்றம்
ஒன்றடா தமிழன் முற்றம்!"[7]

என்று தமிழனுக்கு ஒற்றுமையைப் புகட்டுகிறார். இக்கவிதையும் வல்லிசை வண்ணத்தில் காணப்படுகிறது. இரண்டு சீர்களால் ஆகிய குறளடியில் பாடப் பெற்று எண்ணற்ற சிந்தனைகளை எழுப்புகிறது. ஆரம்பத்தில் இருந்து முடிவுவரை எங்கும் நிற்காமல் தடதடவென்று செல்வதால் மலையில் இருந்து கொட்டும் அருவியைப் போன்று இந்நடைசிறக்கிறது. படிப்பவர் மனதில் ஒருமைப்பாட்டுணர்ச்சியை இக்கவிதை ஏற்படுத்துகிறது.

தமிழ் மொழியின் மீது அந்நிய மொழியின் ஆதிக்கம் அளவின்றிப் போவதைக் கண்டித்து தமிழர்களுக்கு விழிப் புணர்வை ஏற்படுத்துகிறார் கவிஞர்.

"ஒன்றுபடுவோம் தமிழினமே
ஓடிமறையும் பகையினமே!
ஏமாளியாய் நீ
இருந்தது போதும் - இது
போராளியாய்ப் புறப்படும் நேரம்!"[8]

என்கிறார். இதில் கவிஞரின் தமிழ்ப்பற்றும், அதனைக் காக்கவேண்டும் என்னும் வேகமும் நன்கு புலப்படுகிறது. ஒரு கவிஞனின் உணர்ச்சி அவன் வடிக்கும் கவிதையிலேயே தெரிந்துவிடும். அந்த வகையில் கவிஞரின் தமிழுணர்வு போராளியாய் மாற்றவும் தயங்கவில்லை. "மொழி நடையின் நோக்கம் கற்பார் உள்ளத்தைக் கவர்வதேயாகும். இந்நோக்கம் இல்லையென்றால் எழுதுவது பயனடையாது"[9] என மொழி நடையின் முக்கியத்துவம் பற்றிக் கூறுகிறார் அ.கி பரந்தாமனார். அந்த வகையில் தாராபாரதியின் நோக்கம் என்னவோ அதை அப்படியே அவரின் கவிதை நடை பிரதிபலிக்கிறது.

மனித உணர்வுகளுக்கு மதிப்பு தரும் இவர் மனித நேயத்தைப் பற்றி உணர்ச்சி பொங்கக் கூறுகிறார். விழி இழந்தோர்க்கு ஒளிகொடுக்க விண்ணப்பம் விடுகிறார்.

"முடிவுரையில் உங்கள் இமை
　　மூடும் போது
முகவுரையை என் இமையில்
　　எழுத லாமே!"[10]

என்று கண்தானத்தின் சிறப்பை விளக்குகிறார். "நடை என்பது படைப்பாளியின் ஆளுமையை புலப்படுத்துகின்ற ஒன்று மட்டுமல்ல; அவனுடைய அறிவுக் கூர்மை, ஆன்மிக உணர்வு, கலைத்தன்மை ஆகியவற்றையும் வெளிப்படுத்துவது"[11] என்கிறார் அட்சன். அந்த வகையில் கவிஞரின் நடையில் அவர்தம் மனப்பாங்கும், உணர்ச்சிகளின் தன்மையும் நாம் அறிய முடிகிறது.

2. கருத்து நடை:

சில நேரங்களில் படைப்பாசிரியர் தன்னுடைய கருத்தினை பாத்திரங்கள் வாயிலாக தம் படைப்பினில் புகுத்துவதுண்டு. தம் கவிதைகளிலும் தாராபாரதி அவர்கள் பல சிறந்த கருத்துகளை பாத்திரங்கள் வாயிலாகப் பேசச் செய்கிறார். விவசாயிகளின் உயிர்க்கோல் ஆகிய தார்க்கோலை பூமியைத் திறக்கும் பொன் சாவி என்று கூறி அதன் மூலமாகவே விவசாயத்தின் பெருமையைக் கூறுகிறார்.

"தார்க்கோல், நான்
உழுபவன் கையில்
செங்கோல்!
பயிரென்னும்
உயிரெழுத்துகளின்
எழுதுகோல் - இந்த
உலகிற்கே
படியளக்கும்
அளவுகோல்!"[13]

நாட்டில் நடக்கும் சட்ட விரோதச் செயல்கள் எண்ணிலடங்கா. அவற்றைப் பற்றிய தம் கருத்தைத் தீயைக் கொண்டு பேசவைக்கிறார்.

இவ்வாறு தேசத்தைச் சுடுகாடாக்கிக் கொண்டிருக்கும் தீய செயல்களுக்கெல்லாம் யார் காரணம்? இதற்குத் தீர்வுதான் என்ன? என்று கேட்டுவிட்டு அதற்கான விடையையும் தீயைக் கொண்டே பேசச் செய்கிறார்.

"செய்வதெல்லாம் நீங்களே
செய்துவிட்டு - அந்தச்
சேதாரத்திற்கு
ஆதாரம் நானே என்று
வாதாடுகின்றீர் -
கண்ணுக்குத்
தெரியாமல்
உங்களிடையே
கனன்று கொண்டிருக்கும்
தீயை அணையுங்கள்"[14]

என்று ஒவ்வொரு மனிதனுக்குள்ளும் இருக்கும் சில தீய எண்ணங்களைத் தீக்கு ஒப்பிட்டு அதை அழித்திடுங்கள் என்கிறார் கவிஞர். செய்த தவற்றை ஒருவர் மேல் ஒருவர் சுமத்திக் கொண்டு வாழும் இந்தச் சுயநலவாதிகள் பற்றிய தம் கருத்தைத் தெரிவிக்கின்றார்.

"செய்தித் தாள்களிலே
சிலர் கயிறு திரிப்பார்கள்!
தானியத் தாள்களிலே
மெய்க் கயிறு
திரிப்பவன், நான்!
சிலரது காலடிபட்டாலே
கருகிவிடும்
புல்லினங்கள்!
என் வயலின்
தாளடியில் கூட
தழைக்கும் பயிரினங்கள்!"[15]

என்று கூறுவதன் மூலம் சமுதாயத்தில் முக்கிய பொறுப்பில் இருக்கும் சில துறைகள் வியாபார நோக்கிற்காக மக்களைப் பகடைக்காயாக மாற்றியதையும், இதுபோன்ற நிலை மாறி நம் தேசம் பசுமை தேசமாக மாறவேண்டும் என்பதையும் கூறுகிறார். இக் கருத்து நடையில் காணப்படும் கவிஞரின் பரந்த நோக்கு பாராட்டத்தக்கது

"நடையின் இயல்புக்கும் படைப்போரின் உள்ளத்திற்கும் நெருங்கிய தொடர்பு உண்டு. நடையியல் உள இயலின் ஒரு கூறு எனலாம். நடை ஆசிரியன் உள்ளப் பண்போடு ஒன்றியது. ஆசிரியரையும் நடையையும் தனித்தனியே பிரித்துக் காண இயலாது"[16] என்பார் கனகசுந்தரம். எனவே கவிஞரின் கருத்தினை அதாவது உள்ளத்திறனை ஒட்டியே சிறந்த நடையுடன் கூடிய கவிதை பிறக்கிறது எனலாம்.

3. எள்ளல் நடை:

'அங்கதம்' என்னும் இலக்கணச் சொல்லுக்கு நடைமுறைச் சொல்லானது எள்ளல் எனப்படும். எள்ளல் என்பது ஒருவரின் குணம், உருவம் போன்றவற்றை நகைச்சுவையாகக் கூறுவதாகும். செய்யுள், கவிதை போன்றவற்றில் எள்ளல் சுவைக்காக கலவை நடையைப் பயன்படுத்தலாம் என்ற கருத்து ஆன்றோரிடம் உண்டு. "செய்யுட் சொற்களையே மிகுதியாகக் கொண்ட நடை எள்ளத்தக்கதாக அமையும் என்பது ஏற்கத்தக்கது. எனினும் எதையும் மிதமாகக் கையாள வேண்டும் என்ற கொள்கை கவிதைச் சொல்லாட்சிக்கும் பொருந்தும்"[17] என்று அ.அ.மணவாளன் கூறுவார். அத்தகைய பொருத்தமான சொற்களைக் கொண்டு தாராபாரதி எள்ளல் பல நடைகொண்ட கவிதைகளைப் படைத்திருக்கிறார்.

அரசாங்கப் பணியில் நடக்கும் ஊழலை நகைச் சுவையோடு கூறும்பொழுது:

"அகத்திக்கீரை
வாங்குவதற்கும்
அரசாங்கத்தின்
கார் போகும்! - இந்த
அத்து மீறலை
யார் நோகும்?
முப்பது ரூபாய்
பெட்ரோல் செலவில்
முழும் பூ, மனைவியின்
தலையேறும் - அந்த
முப்பதும் சர்க்கார்
கணக் கேறும்!"[18]

என்று அரசாங்கப் பணம் வீணாகப் போவதைக் கூறுகிறார் அரசாங்க அதிகாரிகளின் ஆடம்பரத்தால் மக்கள் பணம் இப்படித் தேவையற்ற வழியில் வீணாகிறது என்று கவிஞர் கூறிய கருத்து வருத்தப்பட வேண்டியதாக இருந்தாலும் அதைச் சொல்லிய விதத்தில் நகைச் சுவைதான் தோன்றுகிறது. அகத்திக்கீரை வாங்கக் கூட அரசாங்கக் காரை நம்புபவர்கள் வேறெதற்கெல்லாம் அரசாங்க கஜானாவை காலி பண்ணுவார்கள் என்று கூறி நம்மை சிந்திக்கவும் வைக்கிறார்.

எள்ளல் சுவை என்பது அடுத்தவர்களைப் பழிக்கவேண்டும் என்னும் குறிப்பிலேயே சொல்லாமல் அதில் ஒரு அழுத்தமான கருத்தைக் கொண்டு கூறுவதால் இந்நடைக்கு மேலும் மதிப்புக் கூடுகிறது. பெரிய மனிதன் என்ற போர்வையில் உள்ளொன்று வைத்து புறமொன்று பேசுபவர்கள் பற்றிக் கூறுகிறார்.

"உவமானத்துடன்
இராமாயணக் கதை
உருக்கமாகக்
கேட்டபின்பும்
அவனவன் வீட்டுத்
தோட்டங்களிலே
அசோக வனங்கள்
அமைக்கின்றான்!
உபரிச் சதையைக்
குறைப்பவ னெல்லாம்
சிபி என்று தன்னை
சொல்லிக் கொள்கிறான்!"[19]

என்று நாட்டு வளம் பெருக்குவேன் என்று கூறிக் கொண்டு தம் வீட்டு வளத்தை உயர்த்திக் கொண்ட பெருமக்கள் பற்றி நையாண்டி செய்கிறார்.

இந்த ஊழல் எங்குதான் இல்லை? காற்றுபோல் எங்கும் பரவிக் கிடக்கின்றது. ஆனால் இது உயிர்க் காற்று அல்ல உயிரெடுக்கும் காற்று என்று கூறுகிறார்.

"காலையில் திறந்த
கட்டிடம் பழுதாகி

மாலையில் மறுபடியும்
மராமத்து நடக்கிறது!
முதல்நாள்
மேம்பாலம் -
மூன்றாம் நாள்
தரைப்பாலம்!"[20]

என்று கட்டடக் கலையிலும் இந்த ஊழலின் கை வண்ணத்தைக் காட்டுகிறார். முதல் நாள் மேம்பாலம் மூன்றாம் நாள் தரைப்பாலம் என்றவரிகள் இன்றைய நாட்டு நடப்பை வெளிப் படுத்துகின்றது கவிஞரின் சொல்லாட்சியும் தெரிகிறது. கவிஞன் ஒரு கருத்தைச் சொல்ல முன்வந்தால் அக்கவிதை எந்நடையாயினும் அதில் கையாண்ட சொற்களே அந்நடைக்கு ஏற்றம் தருவன. சொற்களே முட்களாக படிப்போர் மனத்தைத் தைக்குமேயானால் அதுவே அக் கவிஞனின் வெற்றியாகிறது. அந்த வகையில் இதில் கவிஞரின் புதிய சிந்தனையில் விளைந்த சொற்கள் இந்த எள்ளல் நடைக்கு தனித்துவம் தருகிறது.

இந்த இலஞ்சம் இறைவன் உறையும் கோவிலையும் விட்டுவைக்கவில்லை. "சாமி வரங்கொடுத்தாலும் பூசாரி வரங்கொடுப்பதில்லை" என்ற பழமொழிக்கேற்ப ஆலயத்துள் இலஞ்சம் தலைவிரித்தாடுவதை குறிப்பாக உணர்த்துகிறார்.

"பதியைத் தேடி
வருகிற பசுவிடம்
பாசத் தோடு கறக்கும் இவர்கள்
துவார பாலகர்
அல்லவோ - அதனால்
துப்புரவாகக்
கறந்தபின் விட்டார்
உள்ளே!"[21]

என்று இருபொருள்பட குறிப்பு மொழியில் உணர்த்துகிறார். பதியைத் தேடி வருகிற பசுவிடம் என்பதில் பதி என்பது கடவுளையும், பசு என்பது பக்தர்களையும் குறிக்கிறது. 'துவார பாலர்களாக' கோயில் ஊழியர்களை குறிப்பிடுகிறார். இக்கவிதையைய் சிலேடை அணியில் படைத்ததால் எள்ளல் சுவை இயல்பாகக் காணப்படுகிறது. சமூகச் சீர்கேடுகளை பிறர்

மனம் நோகா வண்ணம் உரைக்க வேண்டுமானால் அதற்கு எள்ளல் நடையே சிறந்தது.

இன்றைய சூழலில் மக்களின் மனத்தில் மகிழ்ச்சியை விட மன உளைச்சலே அதிகமாகக் காணப்படுகிறது. இந்நிலையில் சமூகத்தில் நடக்கும் பிரச்சினைகளை மனிதனிடத்தில் கூறினால் ஈர்ப்புக்குப் பதிலாக வெறுப்பே மிகும். ஆனால் கசப்பான மருந்தையும் இனிப்பான தேனில் குழைத்துக் கொடுத்தால் நிச்சயம் மக்கள் செவி மடுப்பர். இந்த உத்தியில் கவிஞர் தாராபாரதி கவிதை படைத்து அதனை மக்களை அடையவும் செய்து வெற்றி பெற்றுள்ளார், என்பது தெளிவாகிறது.

4. வருணனை நடை

"ஒரு வெளிப்பாட்டின் தன்மையை அல்லது பண்பை வருணிப்பதற்கோ அல்லது பெயரிடுவதற்கோ நடை என்ற சொல்லைப் பயன்படுத்துகிறோம்"[22] என்பார் மறைமலை. நடை என்பதற்கே இலக்கணமாக வருணிப்பதைக் கூறலாம். எனவே அது சிறந்த ஒரு கூறு எனவும் கொள்ளலாம். கவிதையில் வருணனைகள் இடம் பெறுவது இன்றியமையாததாகின்றது. நீண்ட அளவிலான வருணனையாக இருந்தாலும் செய்திகளையும் நிகழ்ச்சிகளையும் மட்டும் கூறிச் செல்லாது, படைப்பாளியின் உணர்ச்சியோடு கூட்டிக் குழைத்து படிப்பவர் நெஞ்சில் பதியும்படி அமையுமானால் கலைப்படைப்பு சிறப்படையும்.

தமிழுலகம் போற்றும் செந்தமிழ்ப் பாவலர் கா.சு.பிள்ளையின் தமிழ்ப் பற்றை வருணிக்கிறார் கவிஞர். கா.சு.பிள்ளையின் தோற்றமே தமிழால் ஆனது என்பதை,

"தங்கக் காசு
தமிழ்க் காசு
தமிழாய் தோற்றம்
தரும் கா. சு. - இவரது
அங்கம் ஐந்து
புலன்களுமே
ஐம்பெரும் காப்பியங்கள்!"[23]

என்று வருணிக்கிறார். கா.சு. பிள்ளையின் தமிழ்ப்பற்றின் அளவை இதைவிட அதிகமாக வருணிக்க முடியாதபடி கவிஞர் வரிகளை வார்க்கிறார்.

விவசாயத்தின் இன்றியமையாமையை விளக்க விவசாயிகளின் பெருமையை அவர் வாயிலாகவே கூறுவதாக வருணிக்கிறார்.

"மயிலுக்குப்
போர்வை தந்தான் பேகன்;
நான் மண்ணுக்குப்
போர்வை தந்த தேவன்!"[24]

என்று கூறுவதில் பேகனின் கொடைத்தன்மைக்கு விவசாயிகளின் உழைப்பை ஒப்பிடுகிறார். மண்மகளின் மானம் காக்க பசுமைப் போர்வை தந்த நெசவாளி இந்த விவசாயி என்று உழவுத் தொழிலின் மேன்மையை உணர்த்துகிறார்.

ஊழல் பற்றிக் கூறும்பொழுது அது எங்கும் நிறைந்திருக்கும் தன்மையை இறைவனுக்கு ஒப்பிட்டு வருணிக்கிறார்.

"............ ஊழல்,
பகவான் எடுத்த
பத்தாவது அவதாரம்!
வெறும் பொருளல்ல
வேதாந்தப் பொருள்
ஊழல் - "[25]

என்பதில் ஊழல் இல்லாத உலகமே இல்லை என்பதொரு கருத்தை நிறுவுகிறார்.

வாழ்வின் வெளிச்சங்களை அறியாமல் இருட்டு வாழ்க்கை வாழும் கண்ணிழந்தோரின் முகத்தில் இரு விழிகள் இருப்பதே வீண் என்னும் வகையில் கூறுகிறார்.

"புறவெளிச்சம் கருக்கொள்ளா
மலட்டுக் கண்கள்;
பொலிவிழந்த முகத்தில் இரு
பூச்சியங்கள்!"[26]

ஒருவரின் உள்ளத்துணர்வை அறிந்த கவிஞனுக்குத்தான் அவ்வுணர்வின் தாக்கமாக வீரியமிக்க சொற்கள் புதுமைக்

கவிதையாகவும் புரட்சிக் கவிதையாகவும் வெளிப்படும். அந்த வகையில் பார்வையற்ற விழிகளுக்கு 'மலட்டுக் கண்கள்' என்றும் "பூச்சியங்கள்' என்றும் புதிய சொல்லாட்சி மூலம் உருவகப்படுத்தி நம்மை நெகிழ வைக்கிறார் கவிஞர்.

இயற்கையைப் பற்றி வர்ணிக்கும் போது அக்கவிதையின் குளிர்ச்சி நம்மையும் குளிரச் செய்கிறது. கவிஞருக்கெல்லாம் கருப்பொருளாய் அமைந்த நிலவைப் பற்றிப் பாடுகிறார்.

"விண்முகத்திற்கு
வெளிச்சப் பொட்டு
வெள்ளை நிலவு அழகுதான்;
வெண்ணிலவுக்கு
விடுமுறை நாளில்
வெட்ட வெளியும் அழகுதான்!"

என்று வானமங்கையின் முகத்தில் உள்ள பொட்டாக நிலவை வருணிக் கிறார். மேலும் அமாவாசையை நிலவுக்கு விடுமுறைநாளாக்கி அதுவும் அழகுதான் என்று அழகின் கூறுகளை அணுவணுவாக வருணிக்கிறார்.

"கற்பனை படைத்த கலைஞர்களைக் காலந்தோறும் தவறாமல் கவர்ந்து வருவது இயற்கை"[28] என்பார் ந.பிச்சமுத்து அத்தகைய இயற்கை வருணனையை கவிஞரின் கவிதைகளில் காணலாம்.

கவிஞரின் எழுதுகோல் தேசத்தலைவரின் தொண்டினை எழுதுகிறது. ஆரம்பத்தில் நம் தலைவர்கள் வாழ்ந்த வாழ்க்கை அனைவருக்கும் ஓர் எடுத்துக் காட்டாய் விளங்கியது என்கிறார் அறிஞர் அண்ணாவை இப்படி வர்ணிக்கிறார்.

"அண்ணா நீயொரு அற்புதம் - நீ
அனைவரும் படிக்கும் புத்தகம்
அண்ணா நீயொரு கனிமரம் - உன்
ஆற்றலில் நிமிர்ந்தது தமிழினம்!"[29]

இக்கவிதை ஒழுக்க நெறியையும் உண்மை உழைப்பையும் ஒவ்வொரு தேசத் தலைவரும் பெற்றிருந்தால் அவர்கள் நாட்டு மக்கள் படிக்கும் ஓர் உயர்ந்த அற்புதமான புத்தகமாக செம்மை

பெறுவர் என்றும் அரசியல் தலைவர்களுக்கு தன்னலமற்ற கடமையாற்றும் பண்பு இருத்தல் வேண்டும், என்றும் கூறுகிறது.

ஒரு காட்சியை அல்லது ஒரு செய்தியைச் சுவையுடன் கூறுவதே வருணனை ஆகும். கையாளப்படும் வருணனை படைப்பாசிரியரின் கவி இயற்றும் ஆற்றலைக் காட்டுவதாகவும் பொருளோடு பொருந்துவனவாகவும், கற்றவர் வியக்கும் வகையிலும் அமைந்திருக்கவேண்டும். "இவ்வருணனையை கற்பனை என்னும் தாயின் செல்லக் குழந்தை எனலாம்"[30] என்பார் க.கல்பனா, ஒரு கவிஞனின் கற்பனையானது நினைவுக் கோவையாக மட்டுமல்லாமல் அவருடைய உணர்ச்சியைத் தூண்டி வருணனையாக மாறுகிறது. இத்தகைய உணர்ச்சிகரமான வருணனை நடை கொண்ட தாராபாரதியின் கவிதைகள் கற்பவரின் மனதிலும் உணர்வலைகளை எழுப்பவல்லது எனலாம்.

5. சந்த நடை

கவிஞனும் சாதாரண மனிதன்தான். ஆனால் தான் சொல்ல வந்த செய்தியை ஒலி, வடிவம் போன்ற உறுப்புக்களைக் கொண்டு கூறும் பொழுது கவிஞனாக உயர்கிறான். அவன் தெரிவித்த கருத்தும் மதிப்புடையதாகிறது. நாம் பேசும் வகையில் எத்தனை வார்த்தைகள் நம் மனதில் பதிகின்றன. சில பதியும். அல்லது மறந்தும் போகும். ஆனால் அதையே கவிஞர்கள் துள்ளலாகவும், தூக்கலாகவும் ஒலி வேறுபாடு வைத்துச் சொல்லும் பொழுது அனைவரையும் கவரும் தன்மையைப் பெறுகிறது. அத்தகைய தன்மைகளுள் ஒன்று சந்தமாகும்.

தாராபாரதி இச்சந்த நடையைக் கொண்டு, பக்தி, காதல், வீரம் போன்று அனைத்துப் பொருள்களிலும் கவிதை வடிக்கிறார். அரங்கன் மேல் ஆசைக் கொண்ட ஆண்டாள் அவளை அடைவதற்காக கன்னியர்கள் புடை சூழ நோன்பிருக்கும் அழகைப் பாடுகிறார்.

சந்தம்: தன்னானே தன்னானே
தன்னானே தானனனா;
தன்னானே தன்னானே
தன்னானே தானனனா;

"ஊர்வழியில் கன்னியர்கள்
ஊர்வலமாய்க் கூடிவந்து
மார்கழியில் ஓதுகிற
மந்திரங்கள் அல்ல அவை!
அறிதுயிலை நீக்கி அந்த
அனந்த பத்மனாபனுக்கு
சுறுசுறுப்பை ஏற்றுகிற
சுப்ரபாதம் அல்லவா!"[31]

என்று பாவையின் பாவை நோன்பைப் பாடுகிறார். ஆண்டாளின் திருப்பாவையை ஆண்டவனின் துயிலெழுப்பும் சுப்ரபாதம் என்று வருணிக்கிறார். இந்தச் சந்த நடையின் ஓசையானது பந்து பூமியில் துள்ளித் துள்ளி எழுவதைப் போன்று அமைந்துள்ளது.

சாதியக் கொடுமை பற்றிக் கூறும் பொழுது வேகத்தோடு கவிதை சொல்கிறார். சாதிப் பிரிவுகளால் ஏற்படும் துன்பத்தைக் கூறும் பொழுது அச்சாதி வந்த விதத்தையும் காட்டுகிறார்.

சந்தம்: தானானே - தானானே
தானேனன்னா - தன
தானானே தானானே
தானே னன்னா.
"ஆதியிலே வந்ததல்ல
சாதிப்பிரிவுக்ள - இந்த
அசைநிலைகள் நடுவில் வந்த
சூதுப் பிரிவுகள்!
பாதியிலே தீட்டிவைத்த
நால் வருணங்கள் - பொதுப்
பாதையிலே தூவிவிட்ட
நச்சு விதைகள்!"[32]

என்று சாதியின் வரலாறு கூறுகிறார். ஆரம்பக் காலங்களில் சாதி என்ற ஒன்றே இல்லை என்ற செய்தி இக்கவிதையில் தெரிகிறது. சாதி என்ற நச்சு விதை சமத்துவத்தைச் சிறிது சிறிதாக சாகடித்துக் கொண்டிருக்கிறது. இதை உணர்ந்தவர்கள் ஒருமைப்பாட்டை வளர்க்க வேண்டும் என்று குறிப்பிடுகிறார்.

கவிஞர்களின் கருப்பொருளாம் காதல். அவர்களின் பேனா மையின் முதல் துளி காதலுக்குரியது. இப்பெருமைகளைப் பெற்ற காதலைப் பாடும் பொழுது தன்னைக் காதலனாகப் பாவித்துப் பாடுகிறார்.

சந்தம்: தனனானே தனனானே
தனனானே தனனானே
தானன்னே தானன்னே
தானனா
"முத்தமிட்டு முத்தமிட்டு
முக்கனியைத் தோற்கடித்து
மோகவெறி யூட்டுகிற
காவியம்,
சித்திரைக்கும் பங்குனிக்கும்
சிந்தையிலே பங்குவைத்து
சித்தம்தடு மாறவைக்கும்
ஓவியம்!"[33]

என்று காதலியை நினைத்து உருகுவதாக இக்கவிதை அமைந்துள்ளது. காதலுணர்வு வந்தாலே கவிதை ஊற்றெடுக்கும். அதிலும் கவிஞர்களுக்கு காதல் வந்தால் தித்திக்கின்ற கவிதை ஓடிவந்துவிழும். இக்காதல் ஒவ்வொரு உயிரிலும் கலந்து வரும் பொதுவான உணர்ச்சி உயிர்களின் உள்ளத்தில் இவ்வுணர்ச்சிக்கு மிகுந்த இடம் உண்டு.

"காதல் அடைதல் உயிரியற்கை. இன்பத்தை நல்கும் காதல் பொதுவானது மட்டுமின்றிச் சிறப்பானது என்பதையும் அறிஞர்கள் குறிப்பிடுகின்றனர்."*34* என்று கூறுவார் பாரதிதாசன் அந்நோக்கோடு காதல் வயப்பட்டவரின் உணர்வை இந்நடையில் காட்டுகிறார்.

உள்ளத்துணர்வுகளே கற்பனைச் சதங்கைக் கட்டி வார்த்தைகளாக வரும்பொழுது அங்கே சந்தக் கவிதை உருவாகிறது. செய்யுள் வடிவை விட பண்ணிசைத்துப் பாடும் பாடல்களின் தாக்கமே கற்போரை முழுமையாக ஆட்கொள்ளும். மூவரின் தேவாரமும், மாணிக்க வாசகரின் திருவாசகமும், ஆழ்வார்களின் பாசுரங்களும் இறைவனை

உருகச் செய்தது இவ்வகை பண்ணிசையால்தான் என்பது உலகறிந்த ஒன்று. சந்தங்கள் சங்கதிகளை நயமோடு உரைக்கும் தன்மை கொண்டவை. தாராபாரதியின் சந்தக் கவிதைகள் அந்த வகையில் பல செய்திகளை நமக்குப் புரியவைக்கின்றன.

6. எதுகை மோனை நடை:

"கவிதையில் எதுகை மோனை முதலிய தொடை நயங்களை அளவோடு ஓசைபெற்று செவிக்கினிமை பயக்குமாறு பொருத்தமுற அமைத்து எழுதுதல் நடையினை மேலும் அழகு படுத்தும்"[35] என்ற கூற்று இங்கு ஏற்கத் தக்கதாகும். கவிதையின் அமைப்பினை ஒரே சீராக அமைக்கவும், கவிதைக்கு இனிமை சேர்க்கவும் எதுகை மோனை மிகவும் இன்றியமையாதது.

கவிஞரும் தம் கவிதைக்கு அழகு சேர்க்க எதுகை மோனைத் தொடை நயங்களை அளவோடு படைத்துக் காட்டியுள்ளார்.

எதுகைத் தொடை

எதுகை என்பது முதலடியின் இரண்டாவது எழுத்தோடு பிற அடிகளின் இரண்டாவது எழுத்து ஒன்றி வருவது.

எய்ட்ஸின் விபரீத விளைவுகளைக் கவிஞர் கூறும்பொழுது,

"பெற்ற தாயோ
உற்றவள் மனைவியோ
மற்ற உறவுகளோ
ஒட்டாமல்
எட்டி நிற்பர்"[36]

என்று எதுகைத் தொடை பொலிந்திடக் காண்கிறோம், மேலும்

வெட்டி விட்டு
வீட்டை விட்டு
விரட்டி அனுப்பிடுவார்"[37]

என்பதிலும் எய்ட்ஸின் கொடுமையை எதுகைத் தொடையில் அழுத்தமாகக் கூறுகிறார்.

அரங்கன் மேல் ஆண்டாள் கொண்ட காதலை எதுகைத் தொடையில் எடுத்துரைக்கிறார்.

"காதலைப் பாட நீ
கட்டிய பாட்டுக்குள்
கட்டுப் பாடிருந்தது"[38]

"அரங்கனின் சம்மதத்தை
அறிந்து சொல்லும் படி
கரும்பு வில் காரனுக்குக்
கருணை மனுச் செய்தாய்"[39]

"தேன் சூடிய மலர்மாலையைத்
தினம் சூடிய பெண்ணாள்
நான் சூடிய பின்பே இது
நம்பிக்குவப் பென்று"[40]

"ஊர் வழியில் கன்னியர்கள்
ஊர் வலமாய் கூடிவந்து
மார்கழியில் ஓதுகிற
மந்திரங்கள் அல்ல அவை"[41]

என்று தெய்வங்களின் காதலை எதுகைத் தொடை அமையுமாறு பொருந்தக் கூறுகிறார்.

வீரத்தமிழனின் நெஞ்சுரத்தை நம் வரலாற்று நூல்கள் எப்படியெல்லாம் வர்ணிக்கின்றன என்பதைக் கூறுகிறார்.

"கண் தைக்க வந்தாலும்
கண்ணிமையை மூடாத
திண்ணிய நெஞ்சுரத்தைத்
திருக்குறள் படம்பிடிக்கும்!"[42]

என்று தமிழனின் தன்மையைக் கூறும் பொழுது எதுகை நலம் சிறக்க அமைக்கிறார்.

"எழுந்தால் கொடிமரம்
விழுந்தால் அடியுரம்
இதுதான் தமிழன் எனக்காட்டு"[43]

என்றும் எதுகை தொடை அமையுமாறு கவிபடைக்கிறார்.

சமுதாயத்தில் பெரிய மனிதர்களின் போர்வையில் பகல் வேஷம் போடுவோரைப்பற்றிக் கூறுகையில்.

"துஷ்யந்தனாகத்
துடிக்கும் சிலரால்
சாகுந் தலைகளின் கதை தொடரும் - அட
சாகும் தலைகளின் கதைதொடரும்!"[44]

என்று எதுகை தொடை அமையக் கூறுகிறார். இக்கவிதையில் இரு அடிகளுமே ஓரெழுத்து மட்டும் வேறுபட்டு ஏனைய எழுத்துக்கள் ஒத்து வந்து அடியெதுகையால் அமையக் காணப்படுகிறது.

சாதியைப் பற்றிக் கூறும் பொழுது,

"ஆதியிலே வந்தல்ல
சாதிப்பிரிவுகள்......................."[45]
என்றும் அரசியல்வாதிகளைப் பற்றிக் கூறும்பொழுது
மந்திரி சாதி
மந்திர வாதி
மலையை விழுங்கும் மாயாவாதி!"46

என்றும் எதுகை நடையில் வருணிக்கிறார்.

அச்சம் விட்டால் ஒரு மனிதன் எவ்வளவு பெரிய ஆபத்தையும் துச்சமாக மதித்திடுவான் என்பதை

"உச்சம் நீதான் - புகழின்
மிச்சம் நீதான்
அதனால்
ஆண்மை தவறேல்!"[47]

என்று ஊக்கமுடன் எதுகை நலத்தால் ஆண்மைக்கு உறுதி அளிக்கிறார்.

மோனைத் தொடை

முதலடியின் முதற் சீரில் வந்த முதல் எழுத்தே அடுத்து வருஞ்சீர்களுள் ஒன்றினுள்ளேனும், அடுத்த அடியின் முதல் சீரில் முதல் எழுத்தாகவேனும் வருமாறு தொடுப்பது மோனைத் தொடையாகும்.

இன்று கல்வி நிலையங்கள் வியாபாரசந்தையாகிக் கொண்டிருப்பதை விவரமாக விளக்குகிறார்.

"பல்கலைக் கழகம்
பட்டம் விற்கும்
பலசரக்குக் கடையா?
பலவித கல்விச் சான்றிதழ்கள்
பண்டவிலைக் கடையா?"[48]

என்று மோனைத் தொடையில் படிப்பின் நிலையை விளக்குகிறார்.

ஊழல் செய்பவர்களின் வளர்ச்சியைப் பற்றிக் கவிதை வடிக்கிறார்.

"ஒட்டு வேலை செய்யும்
ஒப்பந்தக் காரருக்கு
தொட்டில் பழக்கம்
தொடர்ந்தே வருகிறது!
சின்ன வயதில் இவர்
சிறிய மணல்வீடு கட்டி
மன்னவர்கள் ஆன பின்பும்
மணல் வீடே கட்டுகிறார்"[49]

என்று இரண்டிரண்டு அடிகளில் மோனைத் தொடையைச் செவ்வனே கையாண்டுள்ளார்.

எய்ட்ஸ் கிருமியைப் பற்றிக் கூறும்பொழுது.

"................ அது
அஞ்சாம் படையாகி
அஞ்சும் படையாய்
அதிரடிப் படையாய்
எதிரடி கொடுக்கும்!"[50]

என்று மோனை நலம் அமையப் பாடி நம் நெஞ்சைப் பதற வைக்கிறார்.

ஆண்டாள் அரங்கன் காதலைக் கனிவுடன் கூறுகிறார்.

"கோதைப் பெண்ணே -
அரவணை மேல் உன்னை
அரவணைத்த நாயகனின்

உறவினைச் சிலகாலம்
உதறிவிட்டு வந்தது ஏன்?"[51]

என்றும்

"காதிற் பூ சுற்றும்
காரியத்தை நான் செய்யேன்
காதற் பூ கோதை சொன்ன
கவியினிமைதான் சொன்னேன்!"[52]

என்றும் மோனைத் தொடை பொலிய கவிதையை அழகாக முடிக்கிறார்.

நம்முடைய சங்கப் புலவர்கள் பண்பாடு மிக்கவர்கள். ஒருபோதும் தம் புலமைக்குத் தாழ்வு வராவண்ணம் கண்ணும் கருத்துமாகக் காப்பவர்கள் என்பதை.

"கவரிமான் சாதியாகக்
கவிஞர்கள் வாழ்ந்த தால்தான்
கவரிகள் வீசி அந்நாள்
காவலர் போற்றி நின்றார்!"[53]

என்றும்,

"வெற்றிலைச் சிவப்புக் காக
வெண்பா பாடவில்லை;
அந்தபுரத் தாதி யர்க்கு
அந்தாதி பாடவில்லை!"[54]

என்றும் பாவலர்களின் பெருமையையும் மன்னர்கள் அவர்களைக் காவல் காத்த மாண்பையும் மோனைத் தொடையில் மகிழ்ந்துரைக்கிறார்.

நாட்டில் நடக்கும் ஒவ்வொரு செயலுக்கும் ஊர்வலம், மாநாடு என்று எதிர்ப்புத் தெரிவிக்கும் கூட்டங்களை பொதுவாகக் கண்டிக்கிறார்.

ஊர்முழுக்கச் சாலைகளை
ஊர்திகளுக் காக அல்ல
ஊர்வலங்கள் போகத்தான்
உபயோகப் படுத்துகிறோம்!"[55]

என்றும்,

“சாலைகளில் விபத்துக்கள்
சம்பவிக்கும் இந்நாளில்
சாலைக்கே விபத்து வரச்
சாதித்தாய் மனிதா நீ!”[56]

என்றும் மனிதனின் உபயோகமற்ற செயல்களை மோனைத் தொடை அமையுமாறு விரிவாக உரைக்கிறார்.

எங்கு நோக்கினும் ஊழல். வன்முறை, தனி மனித அரசியல் போன்ற சமூக நோய்களின் பிடியிலிருந்து தப்பிக்க அமைதியான இடத்தைத் தேடுகிறார். இதனை

“அன்னை பாரதத்தில்
அழுக்குப் படாத நிலம்
கண்ணில் படுகிறதா?
கண்டறியச் சென்றேன் நான்!”[57]

என்று மோனைத் தொடை அமையுமாறு பாடியுள்ளார்.

எதிர்கால இந்தியாவைப் பற்றி கனவு காணுகிறார். ஏழைகளே இல்லாத நாடாக இருக்கும் என்றும், இயந்திரமயமாகிவிட்ட இக்கால கட்டத்தில் வறுமையை ஒழிக்கவும் இயந்திரம் தோன்றும் என்றும் ஆணித்தரமாகக் கூறுகிறார். இதனை

“பஞ்சம் நீக்கிட
பசியைப் போக்கிட
கஞ்சி காய்ச்சுமே
கணிணி எந்திரம்!”[58]

என்றும் அறிவியல் முன்னேற்றத்தில் இவ்வுலகமே நம் சுற்றம்தான் என்பதை

“இலகும் அறிவியல்
இணைய வலையினில்
உலகம் முற்றுமே
உனது சுற்றமே!”[59]

என்று மோனைத் தொடை சிறக்குமாறு பாடியுள்ளார்.

முரண் தொடை:

பாட்டின் அடிகளில் சொற்கள் முரணாக அமைவதும், பொருள் முரண்பட அமைவதும் முரண் தொடையாம்.

இராமாயணம் என்னும் புனிதக் கதையைக் கேட்டபின்பும் இராவணனாக நடந்துகொள்ளும் சிலரைப்பற்றி பொருள் முரண் நலம் அமைய,

“உவமானத்துடன்
இராமாயணக் கதை
உருக்கமாகக்
கேட்டபின்பும்
அவனவன் வீட்டுத்
தோட்டங்களிலே
அசோக வனங்கள்
அமைக்கின்றான்”[60]

என்று பாடியுள்ளார். இதே போல் எய்ட்சு நோயால் மனிதனின் உடலில் ஏற்படும் பயங்கரத்தை

“இரும்புக் கோட்டை
போன்ற கட்டுடல்
எலும்புக் கூட்டைப்
போலாகும்!”[61]

என்று அழகுறப் பாடியுள்ளார்.

நிலவை மனிதனோடு ஒப்பிட்டுக் கூறும்பொழுது பணிவின் பெருமையை பகிர்கிறார். நிலவிடம் இவ்வாறு கூறும் பொழுது,

“வளைந்தே வளர்வது
உன் பழக்கம் -
ஆனால், மனிதன்
வளைந்தே வளர்வது
சிறுமை -
வளர்ந்தபின்
வளைவதே பெருமை!”[62]

என்று பெருமைக்குரிய மனிதனின் இயல்புகளை சிறுமை, பெருமை என்று முரண்தொடை அமைத்து விளக்குகிறார்.

மேலும் எய்ட்ஸின் விபரீதத்தை மற்றுமொரு கவிதையிலும் உரைக்கிறார்.

"வலுத்த மரமாய்
வளர்ந்த உடலும்
உலுத்துப் போகும்!
உயிர் வேகும்!"[63]

என்று எய்ட்ஸ் பற்றி முரண் தொடை கொண்டு பாடுகிறார்.

நம் தேசத்தின் ஏழைமக்களைப் பற்றி சிறுதும் கவலையுறாத அரசாங்க அதிகாரிகளைப் பற்றியும், அரசியல் வாதியைப் பற்றியும் உணர்த்துகிறார் நமக்கு,

"அன்னை மணித்தேரின்
அசோகச் சக்கரத்தில்
கன்னக் கோல் தானா
கடையாணி ஆனது?"[64]

வேலியே பயிரை மேய்வது போன்று மக்களைக் காக்க வேண்டியவர்களே கன்னக் கோலாகிப் போனார்களே என்று வருந்துகிறார். இதில் கள்வர்களின் கன்னக்கோலையும், காத்திடும் கடையாணியையும் பொருள் முரண்பட அமைத்துள்ளார்.

'இரவில் வாங்கினோம் இன்னும் விடியவில்லை' என்னும் சுதந்திரம் பற்றிய கருத்து முற்றிலும் உண்மையானது. இன்றும் நம் தாய்த்திரு நாட்டின் மக்கள் பலர் இருக்க இடமின்றி உடுக்க உடையின்றி வறுமையில் வாடுகின்றனர். அவர்களின் நிலைமையை உருக்கமுடன் வர்ணிக்கிறார்.

"சொந்த நாட்டில் அகதிகளாய்
சுதந்திர நாட்டில் அடிமைகளாய்
தந்தை நாடிது பலபேர்க்கு
தருமச் சத்திரம் ஆனது!"[65]

என்று ஏழைகளுக்காக வாதிடுகிறார். இதில் சொந்த நாட்டில் அகதிகள், சுதந்திர நாட்டில் அடிமைகள் என்று பொருள் முரண் அமையுமாறு கூறுகிறார்.

இயைபுத் தொடை:

செய்யுளில் அடிதோறும் இறுதிக் கண் நின்ற எழுத்தானும் சொல்லானும் ஒன்றிடத் தொடுப்பது. இயைபுத் தொடையாம்.

தரணிக்கெல்லாம் உணவிடும் உழவன் கை செங்கோலாம் தார்க்கோல் தன்னைப்பற்றிப் பாடுவதாகக் கவிதையாக்குகிறார்.

> "செங் கோல்
> எழுது கோல்
> அளவு கோல்
> திறவு கோல்
> எல்லாமே நானாய்
> இருக்கின்றேன்.
> வாழ்த்துங்கள்!"[66]

இதில் 'கோல்' என்னும் சொல் அடிதோறும் இயைந்து வருகிறது.

இயற்கையில் வானைப் பற்றி வருணிக்கிறார். பஞ்ச பூதங்களில் ஒன்றான வானம் மற்ற நான்கு பூதங்களுக்கும் எவ்வகையில் உதவுகிறது என்பதைக் கூறும் பொழுது.

> "வானம் —
> காற்றுக்குத் திசை காட்டி
> கனலுக்கு கை காட்டி
> நீருக்கு வழி காட்டி
> நிலத்திற்கு நாள் காட்டி"[67]

என்று கூறி வியக்கிறார். இதில் 'காட்டி' என்னும் சொல் அடிதோறும் இயைந்து காணப்படுகிறது.

நம் தமிழரின் வீரச் செயலையும் அவர் தம் பெருமையையும் கூறி நெஞ்சம் பூரிக்கிறார்.

> "இமய உச்சியில் பறந்த கொடி
> ஏழு கடல்கள் அளந்த கொடி
> உலகக் கூரையில் உயர்ந்த கொடி
> உண்மைத் தமிழர் நட்ட கொடி"

என்று ‘கொடி’ என்ற சொல்லைக் கொண்டு இயைபுத் தொடை அமைக்கிறார்.

ஒவ்வொருவரின் வாழ்விலும் இருளகற்றும் ஒளியாம் கல்வியின் சிறப்பைச் செம்மையுடன் கவிதையால் செதுக்குகிறார்.

“கல்விக்குக் குலமில்லை
கடைமகன் கற்கவும் தடையில்லை
கல்விக்கு வயதில்லை
காலம் பருவம் வரையில்லை!
கண்களுக்கும் நரையில்லை
கைகளுக்குச் சிறையில்லை!”[69]

என்று அனைவருக்கும் கல்வியின் இன்றியமையாமையைச் சொல்லி கல்வியை எவ்வகையிலும் கற்றிடலாம், எந்த ஒரு கட்டுப்பாடும் நமக்கில்லை என்று உறுதிமொழியளிக்கிறார். இதில் ‘இல்லை’ என்னும் சொல் இயைபுத் தொடையாக வருகிறது.

ஆய்வு முடிவுகள்:

“புலவரின் உள்ளத்தில் உண்மையும் உறுதியும் சிறந்து விளங்கினால், அவருடைய நடைத் திட்பமும், நுட்பமும் அமைந்ததாகும்”[70] என்னும் மு.வரதராசரின் கருத்துப்படி கவிஞர் தாராபாரதியின் கவிதையில் நடைநலம் தனித்தன்மைப் பெற்று காலங்கடந்து நின்று நிலைக்கும் வண்ணம் காணப்படுகிறது. உரையாடல் நடையுடன் எளிமையாகவும், படிப்பவர்களுக்குக் கருத்துக்களை எளிமையாகப் புரியும் வண்ணமும் அமைந்துள்ளதைக் காணமுடிகிறது.

உணர்ச்சி நடையில் அமைந்துள்ள இவரின் கவிதைகள் படிப்பவர் மனதில் நிச்சயமாய் ஒரு மாற்றத்தை ஏற்படுத்தும். சமுதாய நலனில் அக்கறையுள்ள ஒவ்வொருவரும் தாராபாரதியின் கவிதையில் உள்ள எழுச்சிமிக்க வரிகளைப் படிப்பார்களேயானால் நாட்டில் மலிந்து கிடக்கும் சீர்கேடுகளைக் களைய முழுவதும் தம்மை ஈடுபடுத்திக் கொள்வர். இரக்கம், காதல், போன்ற உணர்ச்சிகளும் இவர்தம் கவிதையில் பொலிவுடன் விளங்குகின்றன.

கவிஞரின் கருத்தும் சிந்தனையும் மேன்மையுடையதாக இருந்தால் அவரின் எழுத்தும் நோக்கமும் மக்களிடையே ஏற்றுக் கொள்ளப்படும். அந்த வகையில் தாராபாரதி அவர்களின் கவிதையில் உள்ளக் கருத்துகள் தேசத்தின் நன்மை நோக்கும் கருத்துகளாகவே காணப்படுகின்றன. தம் கருத்துகளை எதன் வாயிலாகச் சொன்னால் அக்கருத்தின் தாக்கம் மக்களிடையே சென்று சேருமோ அதன் வாயிலாகவே பொருள்களைத் தேர்ந்தெடுத்து கவிதை படைத்தது கருத்து நடைக்குச் சிறப்பினைச் சேர்க்கிறது.

எள்ளல் நடையில் எந்தச் சேதியையும் எவர் மனமும் நோகாவண்ணம் எடுத்துரைக்கலாம். தாராபாரதியின் கவிதையில் காணப்படும் எள்ளல் சுவை பெரும்பாலும் அரசியல் வாதிகளின் போக்கைக் கொண்டே காணப்படுகிறது. அதிலும் உண்மை பொதிந்த நிகழ்ச்சிகளை வெளிப்படையாகவே இந்நடையில் உணர்த்தியது கவிஞரின் துணிச்சலைக் காட்டுகிறது.

வருணனை நடையில் கவிஞரின் கற்பனைத் திறம் நன்கு விளங்குகிறது. தனிமனித வருணனை தொழில் வருணனை சமூக சீர் கேடுகளைப் பற்றிய வருணனை போன்ற கவிஞரின் கவிதைகள் ஒரு வட்டத்திற்குள் முடிந்துவிடாமல் பரந்த நோக்கோடு காணப்படுகின்றன. தனிமனித வருணனையில் அவர்களின் சேவை மனப்பான்மையைக் கூறுவதன் மூலம் ஒவ்வொரு மனிதனுக்கும் உள்ள கடைமைகளை நுணுக்கமாகக் கூறுகிறார்.

சந்த நடையில் காதலைப் பற்றி கூறவந்த கருத்தை அந்நடையோடு ஒன்றிப்போகச் செய்யும் திறமை தாராபாரதி அவர்களின் கவிதையில் காணப்படுகிறது. சாதியத்தைப் பற்றியும் சந்த நடையில் அருமையாகச் சொல்லியிருக்கிறார்.

எதுகை, மோனைத் தொடையுடன் கூடிய நடையுள்ள கவிதைகள் இவர் படைப்பில் பெருமளவில் காணப்படுகின்றன. சொற்களை வடிக்கும்போது, புதிய சொல்லாக்கத்தையும் இணைந்து இவர் படைத்த எதுகை மோனைக் கவிதைகள் எளிமையான வடிவைப் பெற்று கற்போர் நெஞ்சில்

கல்வெட்டு போல் பதிந்துவிடுகிறது. மேலும் முரண் தொடையிலும், இயைபுத் தொடையிலும் கவிஞரின் கவிதைகள் மிளிர்கின்றன.

தாராபாரதி அவர்களின் கவிதை நடையில் பெரும்பான்மை யாகக் காணப்படுவது எழுச்சிதரும் உணர்ச்சி நடைகளே. இதிலிருந்து அவரின் கவியுள்ளம் புலப்படுகின்றது.

■

சமுதாய உணர்வு

சான்றெண் விளக்கம்:

1. நீதி வாணன். ஜெ. நடையியல், ப.27
2. மணவாளன். அ.அ., அரிஸ்டாட்டிலின் கவிதை இயல், ப.109
3. கவிஞர் தாராபாரதி, பூமியைத் திறக்கும் பொன் சாவி, ப.44
4. மணவாளன். அ.அ., அரிஸ்டாட்டிலின் கவிதை இயல், ப.109
5. கவிஞர் தாராபாரதி, பூமியைத் திறக்கும் பொன்சாவி, பக்.44
6. வரதராசன். மு. டாக்டர், இலக்கிய மரபு, ப.192
7. கவிஞர் தாராபாரதி, இன்னொரு சிகரம், ப. 26
8. மேலது, ப. 22
9. பரந்தாமனார். அ.கி., நல்ல தமிழ் எழுத வேண்டுமா? ப.428
10. கவிஞர் தாராபாரதி, இன்னொரு சிகரம், ப. 33
11. பிச்ச முத்து .ந. திறனாய்வும் தமிழ் இலக்கியக் கொள்கைகளும், ப.86
12. கவிஞர் தாராபாரதி, பூமியைத் திறக்கும் பொன்சாவி, ப.29
13. மேலது, ப. 56
14. மேலது, ப. 57
15. மேலது, ப. 65

16. கனக சுந்தரம். வெ. கவிஞர் தமிழ்ஒளியின் கவிதைகள் ஓர் ஆய்வு, ப.139
17. மணவாளன். அ.அ., அரிஸ்டாட்டிலின் கவிதை இயல், ப.109
18. மேலது, ப.36
19. மேலது, ப.37
20. மேலது, ப.86
21. மறைமலை சி.இ, இலக்கியக் கொள்கைகள், ப.35
22. கவிஞர் தாராபாரதி, பூமியைத் திறக்கும் பொன்சாவி, ப.78
23. மேலது, ப.62
24. மேலது, ப.30
25. கவிஞர் தாராபாரதி, இன்னொரு சிகரம், ப. 31
26. மேலது, ப.39
27. பிச்சமுத்து ந. திறனாய்வும், தமிழ் இலக்கிய கொள்கைகளும், ப.273
28. கவிஞர் தாராபாரதி, இன்னொரு சிகரம், ப. 95
29. கல்பனா. க, பேராசிரியர். வ.சுப. மாணிக்கனாரின் மனைவியின் உரிமை ஓர் ஆய்வு. ப.81
30. கவிஞர் தாராபாரதி, பூமியைத் திறக்கும் பொன்சாவி, ப.111
31. கவிஞர் தாராபாரதி, இன்னொரு சிகரம், ப.50
32. மேலது, ப.78
33. பாரதிதாசன், மாந்தோப்பின் மணம் (முதல் தொகுதி), ப.9
34. மேற்கோள் இராகவன். கோ.பெ.பு.உ, ஓர் ஆய்வு நடையியல் அறிமுகம், ப.67
35. கவிஞர் தாராபாரதி, பூமியைத் திறக்கும் பொன்சாவி, ப. 75
36. மேலது, ப.75
37. மேலது, ப.106
38. மேலது, ப.106
39. மேலது, ப.107
40. மேலது, ப.110
41. கவிஞர் தாராபாரதி, இன்னொரு சிகரம், ப. 17

42. மேலது, ப.23
43. மேலது, ப.46
44. மேலது, ப.50
45. மேலது, ப.58
46. மேலது, ப.65
47. கவிஞர் தாராபாரதி, பூமியைத் திறக்கும் பொன்சாவி, ப.34
48. மேலது, ப. 38
49. மேலது, ப. 72
50. மேலது, ப. 105
51. மேலது, ப. 111
52. கவிஞர் தாராபாரதி, இன்னொரு சிகரம், ப. 13
53. மேலது, ப. 14
54. மேலது, ப. 43
55. மேலது, ப. 43
56. மேலது, ப. 55
57. மேலது, ப. 72
58. மேலது, ப. 73
59. கவிஞர் தாராபாரதி, பூமியைத் திறக்கும் பொன்சாவி, ப.36
60. மேலது, ப. 73
61. மேலது, ப. 20
62. கவிஞர் தாராபாரதி, இன்னொரு சிகரம், ப. 32
63. மேலது, ப. 61
64. மேலது, ப. 70
65. கவிஞர் தாராபாரதி, பூமியைத் திறக்கும் பொன்சாவி, ப.29
66. மேலது, ப. 13
67. கவிஞர் தாராபாரதி, இன்னொரு சிகரம், ப. 19
68. மேலது, ப. 108

வருணனை நலம்

இயல் நான்கு

தாராபாரதி பாடும்பொழுது, போர்க்குணம் வாய்ந்த மனிதாபி மானம் புரட்சிக் குரலாய் நம் செவிப்பறைகளில் மோதுகிறது. காலம் வந்தால் எல்லாம் தானாய் மாறும் என்னும் தளர்வுத் தத்துவம் தூக்கி எறியப்பட்டுக் காலத்தை மாற்றும் நம்பிக்கை, மனித மனங்களில் வீறுகொளச் சிலிர்ப்பதை அவசரப்படுத்துகிற வேகம், இவர் வரிகளில் துடிக்கிறது.

- கவிப்பேரருவி
ஈரோடு தமிழன்பன்

இயல்: 4

வருணனை நலம்

எழுத்துக் கலையின் எண்ணற்ற சிறப்புகளில் ஒன்று வருணனை, முகத்திற்குக் கண்கள் எப்படி இன்றியமை யாதனவோ, அதே போன்று எழுத்துக் கலைக்கு வருணனை என்பர் கவிஞர் பெருமக்கள். ஒரு கவிஞன் தன் எண்ணத்தை வெளிப்படுத்த கவிதையைப் பயன்படுத்தும்போது அதில் உணர்ச்சியைக் கலக்கிறான். ஆனால் அந்த உணர்ச்சிக்கு உருவம் கொடுப்பது வருணனை தான். ஒரு செயலை அல்லது காட்சி போன்றவற்றை நம் கண் முன்னே விரிக்க ஒரு பின் புலம் தேவைப்படுகிறது. அந்தப் பின்புலம்தான் வருணனையாகும். அது ஒரு படைப்பாளியின் படைப்புக்கு உயிர் நாடியாகிறது. கவிஞன் தன் புலன்களால் உணர்ந்து அனுபவப்பட்டவற்றையும், கற்பனையாற்றலால் சிந்தித்தவற் றையும் அழகுற வருணிக்க முயல்கிறான். அவ்வாறான வருணனையில் கவிஞன் தன் தனித்திறனைக் காட்ட முனைவதால், இலக்கிய உத்திகளுள் ஒன்றாக வருணனைப் பாராட்டப் பெறுகிறது.

இத்தகைய வருணனை உத்தியைக் கொண்டு தாராபாரதி அவர்கள் தாம் கூறவந்த கருத்தை நம் கண் முன்னே தோன்றும் விதமாகக் கவிதை படைத்துள்ளார். அவர்தம் கவிதைகளில் பாடுபொருள் எவ்வளவு கருத்தாழம் கொண்டதோ அதே போன்று படிப்பவர் மனதில் அக்கருத்தைப் பதியச் செய்யும் உத்தியும் ஆழமானது.

இவர் கவிதைகளில் வருணனை ஐந்து வகைகளாகப் பகுத்து ஆராயப்பட்டுள்ளது.

1. இயற்கை வருணனை
2. பாத்திர வருணனை
3. இட வருணனை
4. நிகழ்ச்சி வருணனை
5. கலை வருணனை

1. இயற்கை வருணனை:

சங்க இலக்கியங்களில் இயற்கை பற்றிய வர்ணனைகள் மிகுந்திருக்கும். சிறப்பாக சீவக சிந்தாமணி உள்ளிட்ட காப்பியங்களில் ஆங்காங்கு உள்ளங்கவர்கின்ற வகையில் வருணனை அமைந்து இருத்தலைக் காணலாம். இப்பூமி இறைவனால் படைக்கப்பட்டது. கவிதைக்கு வருணனை போன்று பூமிக்கு இயற்கையைக் கொடுத்துள்ளார் இறைவன். இத்தகுச் சிறப்பினைப் பெற்ற இயற்கையைத் தாராபாரதி கவிதைகள் அழகுற வருணிக்கின்றன.

“வானம், நீ
விண்மீன்கள் பதிவு செய்யும்
வேலைவாய்ப்பு அலுவலகம்;
வெண்மேகக்
கூட்டத்தின்
விளையாட்டு மைதானம்;
விஞ்ஞானிகளுக்கோர்
விரிவுரைக் கூடம். நீ!
மெய் ஞானிகளுக்கோ
வீட்டு வசதி வாரியம்!”[1]

என்று வானத்தை வித்தியாசமாக வருணிக்கிறார். எண்ணிலடங்கா விண்மீன்கள் போன்று இன்று நம் தேசத்தில் கணக்கிலடங்கா வேலையில்லாப் பட்டதாரிகள் இருக்கின்றனர், என்பதை மிக நுட்பமாகக் கூறுகிறார். வீடுபேறு தேடிவாழும் ஞானிகளுக்கு வானம்தான் வீட்டு வசதி வாரியம் என்று புதிய கோணத்தில் வானத்திற்கு பெயர் சூட்டுகிறார்.

மேலும்

“கண்டம் கடக்கவும்
கண்காணாப் பல்வேறு
அண்டம் விரையவும்
அறிவியல் பாதை. நீ!
விண்வெளி
ஓடங்களின்
விந்தை மிகு
ஆய்வகம்!”[2]

என்று அறிவியல் உலகிற்கு வானமே வழிகாட்டி என்று பாராட்டுகிறார். வானத்தைப் பல்வேறு துறைகளுக்கு நிலைக் களனாக்கி வானத்தின் முக்கியத்துவத்தைக் காட்டுகிறார்.

சூரியனைப் பற்றிப் பாடும்போது ஒரு பத்திரிகை ஆசிரியனாக சூரியனை வருணிக்கிறார்.

“நீ கூட,
சூரியனே
பத்திரிகை ஆசிரியன்
‘பஞ்சாங்கம்’- உன்
வெளியீடு!
சோதிட நூல்கள்
மக்கள் பதிப்பு,
சோதிக்கும்
வான நூல்கள்
நூலகப் பதிப்பு.”[3]

என்கிறார். சூரியனைப் பத்திரிகை ஆசிரியனாக உருவகிப்பதன் மூலம் வானத்தைப் பத்திரிகை அலுவலகமாகவும், கால மாற்றங்கள் புத்தகமாகவும் பஞ்சாங்கமாகவும் எழுத்துக்களாகவும் சித்தரித்துள்ளார். இவ்வாறு ஒரு வார்த்தையைக் கொண்டு பல வடிவங்களைச் சிந்திக்க வைப்பதில் இக்கவிதையில், ஒரு ‘ஹைக்கூ’ கவிதையின் நயம் தெரிகிறது.

சூரியனின் இளமை இரகசியத்தைக் கூறும்பொழுது கவிஞரின் கற்பனா சக்திக்கு ஓர் அளவு இல்லை என்று நமக்குப் புரிகிறது.

"இடப்பெயர்ச்சி
செய்யாமல்
இருந்தே இடம் சுற்றும்
உடற்பயிற்சியாலே தான்
உனக்கு
இளமை
வாய்க்கிறது!"[4]

என்று யாருக்கும் இதுவரை தோன்றாத ஒரு புதுச் சிந்தனையை நம் முன் தோற்றுவிக்கிறார். "கற்பனைகள் ஆசையோடு குதித்தெழும் பொழுது சுவையான கவிதை பிரசவமாகிறது; எண்ணங்கள் தடையின்றி ஓடும்போது அபூர்வமான முத்துகள் சிதறுகின்றன"[5] என்பார் கண்ணதாசன். அந்த வகையில் கவிஞரின் கற்பனை வேகத்திற்கு ஈடுகொடுக்கும் வகையில் புதுச் சொற்களைக் கொண்டு இக்கவிதைகளின் வரிகள் அமைந்துள்ளன.

நிலவு என்றால் எழில் என்பதுதான் கவிஞர்களின் கரு. ஆனால் கவிஞர் அவர்கள் அந்நிலவை ஊனம் என்று வருணிக்கிறார்.

"வான நிலா - நீதான்
ஊன நிலா!
என்றாலும் - உன்
ஊனமும் இருட்டுக்கு
ஒளிப்பாதைக் காட்டும்!"[6]

என்று சொல்லுவதன் மூலம் உடல் ஊனமென்றாலும் அதன் கடமையில் ஊனமில்லை என்றும் மனிதரும் அவ்விதமே இருத்தல் நன்று என்றும் மறை பொருளில் மதியை வருணிக்கிறார்.

மேலும் நிலவின் கடமையைக் கூறியவர் அதன் தியாகத் தன்மையையும் இங்கே பேசுகிறார்.

"சுயஒளி உனக்கில்லை
சுடரொளியை வாங்குகிறாய்
சுயநலம் உனக்கில்லை
அதையும் சொரிகின்றாய்
பூமிக்கே!"[7]

என்று நிலவின் தன்மையை வருணிக்கிறார். தனக்கென்று ஏதுமின்றி தரணிக்கே தருகின்ற பண்பு நிலவினுடையது என்று

பெருமிதப்படுகிறார். இவ்விரண்டு கவிதைகளும் மதியை வருணிப்பதோடு மட்டுமல்லாமல் மனிதர்களின் வாழ்வியல் நெறிமுறைகள் பற்றியும், பொதுவுடைமைக் கொள்கையை மனிதனுக்கு உணர்த்தும் பொருட்டும் இருபொருள்பட அமைந் துள்ளது. வருணனைப் பாங்கில் அறிவுரையை வழங்கும் தாராபாரதியின் திறன் போற்றத்தக்கது.

இதுவரை இயற்கையை சமூகவியல் கண்ணோட்டத்தில் வருணித்த கவிஞர், இப்பொழுது அதன் வனப்பை வர்ணிக்கிறார்.

"அந்திச் செவ்வான்
சூரிய வட்டம்
அடடா! அழகின் உச்சம்;
சிந்தும் நிலவொளி
சித்திரப் பந்தல்
அந்தி அழகின் மிச்சம்!
வான வில்லை
உடுத்தும் போது
வானத்திற் கது அழகுதான்
வெண் மேகத்தை
உடுக்கும்போது
விண்ணுக் கதுவோர் அழகுதான்!"[8]

என்று அந்த விண்வெளியையே நம் கண்முன் காட்டுகிறார். இயந்திர வாழ்க்கையாகிவிட்டு நம் வாழ்க்கையில் இயற்கையை இரசிக்கவே நேரம் இருப்பதில்லை. ஆனால் கவிதையால் கருத்துக்கு களிப்பூட்டுகிறார் கவிஞர்.

இரசித்தல் என்பது கண்களால் கண்டு கணநேரத்தில் மறந்து போதல் அன்று. நம் ஐம்புலன்களும் கண்ட காட்சியில் இழைந்து இன்புற்று நம் கற்பனைத்தாய் ஈன்றெடுத்த எழுத்துகள்தான் உண்மையான இரசிப்பை வெளிப்படுத்தும். ஒரு கவிஞனின் நல்ல வருணனைத் திறத்திற்கு இந்த இரசிப்பே அடித்தளமாக அமையும்.

கம்ப இராமாயணத்தில் காணப்படும் இயற்கை வருணனை கம்பரின் உயர்ந்த இரசிப்புத் தன்மையைக் காட்டும்.

"வரம்பெல்லாம் முத்தம்; தத்தும் மடையெலாம் பணிலம் மாநீர்க்;
குரம்பெலாம் செம்பொன்; மேதிக் கழியெலாம் கழுநீர்க் கொள்ளை;
பரம்பெலாம் பவளம்; சாலிப் பரப்பெலாம் அன்னம், பாங்கர்க்
கரும்பெலாம் செந்தேன்; சத்தக் காவெலாம் களிவண்டு ஈட்டம்."[9]

என்று இராமபிரான் அவதரித்த கோசல நாட்டின் இயற்கை வளத்தை கம்பர் தம் மனங்கொண்ட அளவில் பாராட்டி மகிழ்கிறார்.

தாராபாரதி அவர்களும் கற்பனை மிகுந்த அத்தகைய இரசிப்புத் தன்மையையும் புதுவிதக் கருத்துகளையும் சேர்த்து தன்னுடைய இயற்கை வருணனைக் கவிதைகளைப் படைத்துள்ளார். சங்க கால இலக்கியங்களில் இயற்கை வருணனைகளினூடே உள்ளுறையுவமம், இறைச்சி முதலிய இலக்கிய குறிப்புகளும் உண்டு. அதேபோன்று கவிஞரின் இயற்கை வருணனைக் கவிதைகளில் உள்ளுறையும் மிகுந்து காணப்படுகிறது. இக்கவிதைகளின் புதுமையானது கவிஞரின் கவித்திறனை எடுத்துக் காட்டும் வகையில் காணப்படுகிறது.

பாத்திர வர்ணனை

ஒவ்வொரு படைப்புக்கும் பாத்திரமே உயிர்நாடி. பாடுபொருள் எதுவாக இருந்தாலும் அதன் கருத்தைச் சொல்ல பாத்திரங்களே சிறந்தவை. அவ்வகையில்தான் கதை, கவிதை, காப்பியம், புராணம் போன்ற அனைத்தும் உருவாக்கப்படுகின்றன. ஒரு சிறந்த கருத்தைச் சொல்லவரும் பாத்திரமானது நம் சிந்தனையில் ஓர் உருவமாகப் பதியவேண்டும்.

"கதை மாந்தரையோ, கிளைக் கதைகளையோ நூலாசிரியர் விளக்கிக் கூறுவதால் கற்பவரின் நெஞ்சத்தில் போதிய உணர்ச்சியோ சுவையோ ஏற்படாது. இனிப்பு, இனிப்பு என்று அச்சுவையை விளக்கிக் கொண்டிருப்பதைவிட தேனையோ, கரும்பையோ கொண்டு வந்து தருதல் சிறப்பான செயலாதல் போல் கதை மாந்தரையே கற்பனையில் படைத்துக் கற்பவரின்

மனக்கண் காணுமாறு செய்தல் கலைச் சிறப்புக்கு கவிஞர்கள் கையாளும் உத்திதான் பாத்திர வருணனை எனப்படும்.

தாராபாரதி, தமிழுக்குத் தன்னை தந்த கா.சு.பிள்ளையை இலக்கிய நூல்களைக் கொண்டு வருணிக்கிறார்.

“வகுத்த
பதிணெண்கீழ்க் கணக்கில்
வள்ளுவம் நீங்கப்
பதினேழும்
தொகுத்துக்
கழுத்துப் பட்டையென
துலங்கும் - அடடா
தமிழ்த் தோற்றம்!
சுருங்கிய வானம்
போல் நெற்றி;
சூரியப் பொட்டு
திருக் குறளாய்!”[11]

என்கிறார். வருணனை என்றாலே அங்கு உவமைதான் முதன்மைபெறும் உவமையில்லா வருணனை உப்பில்லாப் பண்டம் போல் சுவை இருக்காது. அவ்வுவமை அணியை, கா. சு. பிள்ளையின் தோற்றத்திற்கு உள்ள சிறப்பை வருணிக்கப் பயன்படுத்துகிறார். நீதி நூல்களில் முதன்மை நூலான திருக்குறளை நெற்றிப் பொட்டாக்கி கா. சு. பிள்ளையின் தமிழ்ப் பற்றுக்கு உயர்வைத் தருகிறார். மேலும்,

“கருப்புக் கோட்டைத்
தமிழுக்குக்
காவற் கோட்டை
ஆக்கியவர்!”[12]

என்று கூறுவதில் வழக்குரைஞரான கா. சு. பிள்ளை அவர்கள் தமிழுக்காக மட்டுமே வாதாடுபவர், என்று அவர்தம் சிறப்பைக் கூறுகிறார். ஓர் உயர்ந்த மனிதரை வருணிக்கையில் அவரது அழகையோ, அங்கங்களையோ வருணிப்பது மட்டுமல்லாமல் அவருடைய சேவையையும் வருணிப்பது சிறப்பான

முறையாகும். அச்சிறப்பை இக்கவிதையில் பயன்படுத்தியுள்ளார் தாராபாரதி.

அயல் மொழியின் மேல் மோகங்கொண்டு அன்னை மொழியைப் பேசுவதற்கும் தயங்கும் தமிழர்களைப் பற்றிக் கூறும்பொழுது

"பெற்ற தாயைத்
தாயென்று
பேசவும் - கூசும்
பேதையர்கள்!
பற்றைக் கூட
வெறியென்று
பாடபேதம் செய்பவர்கள்!"[13]

என்கிறார்.

'ஆண்டாள்' என்னும் கவிதையில் அரங்கனுக்குக் கண் போன்றவள் என்று ஆண்டாளை வருணிக்கிறார்.

"ஆண்டாளே-
உன்னோடு சேர்த்தால்
உயிரெழுத்து போல் ஆழ்வார்
பன்னிருவர்! நீ அந்தப்
பன்னிரண்டில் ஒன்று!
கண்ணனுக்கு மட்டும் நீ
கண்ணிரண்டில் ஒன்று!"[14]

என்று பக்தியுடன் கவிதை புனைகிறார்.

சமுதாயத்தில் நடக்கும் சீர்கேடுகளுக்குக் காரணமான ஒரு சில அரசியல்வாதிகளைப் பற்றி வருணிக்கிறார்.

"அரசியல் வாதிகள்
அரசியல் வியாதிகள்!
சரிசெய்ய முடியாத
சந்தர்ப்ப வாதிகள்!"[15]

என்கிறார். இதில் 'அரசியல் வியாதிகள்' என்று புதுச் சொல்லைப் பயன்படுத்தியிருக்கிறார். ஒரு கருத்தைக் கூறும் பொழுது அக்கருத்தின் தாக்கம் படிப்பவரை அடையவேண்டும். அதற்கு இந்த புதிய சொல்லாட்சியும் ஒரு உத்தியாகப் பயன்படுகிறது. "புதுச் சொற்களை ஆக்கித் தருவோன் மொழிக்குத் தொண்டு செய்பவன்"[16] என்பார் டாக்டர் வ.சுப. மாணிக்கம். அந்த வகையில் கவிதைத் தேருக்கு கச்சிதமான புதிய சொற்கடையாணிகளைப் பொருத்தி மக்களின் இதயங்களில் தடம் பதிக்கிறார், தாராபாரதி.

இன்னொரு கவிதையில் மந்திரிகளின் மகத்துவத்தை வருணிக்கிறார்.

"மந்திரி சாதி
மந்திர வாதி
மலையை விழுங்கும் மாயாவாதி!"[17]

என்றும்

"மனசாட்சியை விற்கும்
மக்களின் தலைவர்கள்
கனவான் அச்சகத்தின்
கையடக்கப் பதிப்புகள்!"[18]

என்றும் பலவிதங்களில் அரசியல்வாதிகளை வருணிக்கிறார். "அராஜக அரசியல்வாதிகள், இதற்கு முன்னர் இப்படி நுட்பமாக அடையாளம் காட்டப் பட்டிருக்கிறார்களா? சந்தேகம்தான்!"[19] என்று தாராபாரதியைப் பாராட்டுவார் ஐஷ்வர்யன். இதுபோன்று துணிச்சலான கவிதையை இயற்றுவதில் வல்லவர் தாராபாரதி.

இச்சமுதாயத்தில் வாழ்ந்த எத்தனையோ பெரியோர்கள் பல சீர்திருத்தங்களைச் செய்துள்ளனர். அவர்களின் பெருமைகளை யெல்லாம் இன்றைய தலைமுறையினர் கவிஞர்கள் படைக்கும் படைப்புகள் மூலமாகத்தான் அறிந்து கொள்கின்றனர். அண்ணல் அம்பேத்கர் பற்றி கவிஞர் வருணிக்கிறார்.

"எண்ணறிவில் எழுத்தறிவில்
நுண்ணறிவில் நூலறிவில்
விண்ணளவு உயர்ந்து நின்று
விஸ்வரூபம் காட்டியவர்!"[20]

என்று புகழ்கிறார். காலகாலமாய் காலூன்றி வந்த சாதிப் பிரச்சினையைக் களைந்தெறிந்த கர்ம வீரர், தீண்டாமையை ஒழித்ததீரர் அம்பேத்கரை அறிவுக் களஞ்சியமாக வருணிக்கிறார்.

மேலும் மூட நம்பிக்கைகளை விரட்டிய பாரதியைப் பற்றிப் பாடுகையில்,

"பாரதியே-
அக்கிர காரகத்தின்
அந்தநாள் பெரியார் நீ!
வக்கிரப் பார்வைகளை
வழிப்படுத்தி வைத்தவன் நீ!"[21]

என்று வாயார வாழ்த்துகிறார். கவிஞரின் சமூக நல கவி பாடும் திறமைக்கு மற்றுமொரு சான்றாக பாவேந்தர் பாரதிதாசனைப் பற்றிப் பாடுகிறார்.

"புதுச்சேரித் தோட்டத்துக்
குயில் - சமுகப்
பொய்மைகளைச் சாடவந்த
புயல் - மொழிக்குப்
புதுவெள்ளம் தந்த நதிப்
பெருக்கம் - சாதிப்
புன்மைகளைப் பொசுக்க வந்த
நெருப்பு ! - நாட்டில்
பொதுவுடமை முரசடித்த
புலவன் - வீதிப்
புரட்சிக்குக் களம் கண்ட
மறவன்!"[22]

என்று பாரதிதாசனை சமுதாயத்தைச் சீர்செய்ய வந்த தேவதூதனாகவே வருணிக்கிறார். பொதுவாக தாராபாரதியின் கவிதைகள் எல்லாமே சமூக நலன் கருதியே படைக்கப்பட்டதாக தோன்றும். கவிதையின் வகை எதுவானாலும் அதில் முதன்மையான கரு சமூக சீர்த்திருத்தம்தான்.

இக்கவிதைகளில் வரும் பாத்திர வருணனையும் கூட சமூக நலத்தை ஒட்டியே பாடப்பட்டுள்ளது. கவிஞரைப் பொறுத்தவரை மக்களின் துன்பம் தீர்க்கப்படவேண்டும்,

நம்தேசத்தின் நலன் காக்கப்படவேண்டும் என்ற பொதுநல நோக்கு அனைவருக்கும் வேண்டும் என்பதுதான்.

இட வருணனை

இலக்கிய காலந்தொட்டே இடவருணனைக்கு முக்கியத் துவம் உண்டு. சங்க இலக்கியங்களில் ஐந்து நிலங்களாகிய குறிஞ்சி, முல்லை, மருதம், பாலை, நெய்தல் ஆகியவற்றின் வருணனை அங்குவாழ் மக்களின் வாழ்வியல் நெறிகளையும், அவர்களின் குண நலன்களையும் நன்கு விளக்கும் வகையில் அமைந்திருக்கும். தற்காலக் கவிதைகளிலும் இடவருணனையினூடே பல செய்திகளைச் சொல்லும் உத்தி காணப்படுகிறது.

தாராபாரதி தன் 'ஆசிரியர்' என்னும் கவிதையில் பள்ளியைப் பற்றி வருணிக்கிறார்.

> "பள்ளி என்பது
> திருக் கோயில்;
> பகுத்தறிவுக்கது
> துணை வாயில்;
> இங்கே உலகம்
> மலர்கிறது.
> இளைய பாரதம்
> வளர்கிறது!
> ஒழுக்கம் இங்கே
> பயிராகும்
> ஒருமைப்பாடு
> உருவாகும்!"[23]

என்று பள்ளியின் சிறப்பைக் கூறும் பொழுதே கல்வியின் தேவையை உணர்த்துகிறார். பள்ளி என்னும் கோயிலில் கல்வி என்னும் தெய்வத்தை தொழுதிடக் கிடைத்திடும் மேன்மையைப் பற்றி கூறுகிறார்.

கா. சு. பிள்ளை தோன்றிய நெல்லை மாவட்டத்தை வருணிக்கும்பொழுது,

> "கட்டபொம்மன்
> மீசை தொடங்கி

எட்டைய புரத்து
மீசை வரை-
நெல்லைச் சீமையின்
மீசைகள் கண்டு
வெள்ளச் சீமையே
வெருண்டு போனது! - அந்த
மீசை மாவட்டம்தான்
கா. சு. பிள்ளையின்
தொட்டில் ஆனது!"[24]

என்கிறார். மீசைகளின் பட்டியலை கூறி நெல்லைச் சீமையை 'மீசை மாவட்டம்' என்று வருணிக்கிறார். ஒவ்வொரு மீசைக்குப் பின்னும் வாள் முனையும், பேனா முனையும் வரலாறு படைத்துக் கொண்டு இருப்பதாகக் கவிபுனைகிறார்.

மழை நீரைச் சேமித்து வைக்கும் நீர்த் தேக்கத்தைப் பல வடிவங்களில் வருணிக்கிறார்.

"கரிகாலன் கட்டி வைத்த
கல்லணை;
காவிரிப் பெண் ஓய்வெடுக்கத்
தலையணை!
கட்டுமானப் பணியில் புதுச்
சிந்தனை;
காலம் வென்று நிற்கும் தமிழன்
நீரணை!"[25]

என்று கூறுவதில், ஓர் அணைக்கட்டை இத்தனை விதங்களாக சிந்திக்க முடியுமா? என்று நம்மை வியக்க வைக்கிறார். இதில் நம் அரசர்கள் வீரத்தோடு கலைத்திறனும் கைவரப் பெற்றவர்கள் என்பதையும் தெரிவிக்கிறார்.

நம் தமிழ் மண்ணை வருணிக்கும் போது அதன் தன்மைகளையும், தயாள குணத்தையும் அருமையாகப் பாடுகிறார்.

"அறிவைத் தேடி
வந்தோர்க் கெல்லாம்
அரிச்சுவடியினை
விரித்ததிது!

பொருளைத் தேடிப்
புகுந்தோர்க் கள்ளி
பொக்கிஷம் தந்த
பூமியிது!"[26]

என்கிறார். அள்ள அள்ளக் குறையாத செல்வத்தைப் பெற்றிருந்த நம் நாட்டின் வளங்களைக் குறிப்பிடுகிறார். அந்நியர்கள் புகுந்து அள்ளிச் சென்றபோது வாரி வழங்கும் வள்ளலாக நம் தமிழ்த் தாயைப் போற்றுகிறார். மேலும்,

"அருளைத் தேடி
அலைந்தவர்க்கிங்கே
ஆன்மிக வாசல்
திறந்த திது"[27]

என்று வருணிக்கும்பொழுது பொருளை மட்டுமல்ல, அருளையும் அளவில்லாது அள்ளிக் கொடுக்கும் இயல்புடையது நம் தெய்வத் தமிழ்த் திருநாடு என்று உள்ளம் பூரிக்க கவிதையால் அருச்சனை செய்கிறார்.

இதற்கும் மேல் ஒருபடி சென்று பூமியின் வாசலே நம் தமிழ்த்தேசம்தான் என்று கூறும்போது கவிஞரின் நாட்டுப் பற்றும் மொழியுணர்வும் நம்மை சிலிர்க்கவும், சிந்திக்கவும் வைக்கின்றன.

"புதுமைகள் செய்த
தேசமிது!
பூமியின் கிழக்கு
வாசலிது!"[28]

என்கிறார். ஒவ்வொரு தமிழனுக்குள்ளும் கவிஞரைப் போன்று தேச உணர்வு தோன்றுமாயின் நம் தமிழுக்கும், தமிழ் மண்ணுக்கும் ஒளிமிகுந்த எதிர்காலம் உண்டென்பது உறுதி.

மூன்றே வரிகளையுடைய 'குளம்' பற்றிய வருணனையில் இந்த சமுதாயத்தில் வீண் பகட்டோடு வாழும் சில மனிதர்களின் நடத்தையை மறைமுகமாக விமர்சிக்கிறார்.

"தண்ணீர் மட்டும்
நிரம்பிய குளத்துத்
தன்னடக்கமும் அழகுதான்!"[29]

என்பதில் அறிவும் பண்பும் உள்ள மக்கள் அமைதியை மட்டுமே விரும்புவர். 'நிறைகுடம் தளும்பாது' என்ற பழமொழியை இக்கவிதை நினைவூட்டுகிறது.

நம் அன்னை பாரதத்தில் அழுக்கே படாத ஓர் இடத்தைத் தேடித் தேடிப் பார்க்கிறார். எங்குமே காணவில்லை. எங்கே சென்றாலும் ஊழல், அரசியல், பொறாமை, வன்முறை, சாதிப்பிரிவு போன்ற அழுக்குகளே காணப்படுகின்றன. கடைசியில் தேடிக் கண்டுபிடித்தே விட்டார்.

"எவ்விடத்தில் எங்கே?
எத்தனை சதுரம்?
ஒவ்வொரு ஊர்தோறும்
ஒதுக்குப் புறமாக
அழுக்குப் படாத
ஆறடிப் பூமி"[30]

என்று மயானத்தை அழுக்குப்படாத ஆறடி பூமியாக வருணிக்கிறார். உயிர் மட்டுமே மனிதனை அனைத்து சலனங்களுக்கும் உட்படுத்துகிறது. அவ்வுயிர் இல்லையென்றால் இவ்வுடல் எதை நினைத்தும் ஏங்காது. அமைதியின் சூழலில் நிம்மதியாக மண்ணுக்குள் உறங்கிக் கொண்டிருக்கும், அத்தகைய இடத்தைக் கவிஞர் பாடி தத்துவக் கவிதை வடிக்கிறார்.

இடவருணனைப் பற்றிக் கூறும்போது அவ்விடத்தில் வாழும் மக்களின் தன்மையும் அவ்வருணனையினூடே இயைந்து காணப்படும். சங்க இலக்கியங்களில் பாலை வருணனைப் பாடல் ஒன்றில் அந்நிலத்தின் வெம்மையை உணர்த்தும் பொருட்டு அங்குள்ள விலங்குகளின் தன்மையும் இணைத்துப் பாடப்படுகிறது.

"அடிதாங்கு மளவின்றி யழலன்ன வெம்மையாற்
கடியவே கனங்குழா அய்காடென்றார் அக்காட்டுள்
துடியடிக் கயந்தலைக் கலக்கிய சின்னீரைப்
பிடியூட்டிப் பின்னுண்ணூங் களிறெனவு முரைத்தனரே"[31]

இதில் பாலை நிலத்தின் வெப்பத்தைப் பாடும் பொழுதே அங்குள்ள விலங்குகளின் அன்பின் ஆழத்தையும் காண்கிறோம்.

இதுபோன்றே இன்றைய புதுக்கவிதைகள் அனைத்திலும் ஒரு பொருளை முதன்மையாகக் கொண்டு அதில் பல பொருள்களின் தன்மைகளும், குறிப்பிடப்படுகின்றன.

தாராபாரதியின் கவிதைகள் அந்த வகையைச் சார்ந்ததாகும். சமுதாயம், தத்துவம், புதுமை, சிந்தனை போன்ற முற்போக்கான கருத்துகளைக் கொண்ட கவிதைகளைப் படைப்பதில் கவிஞரின் திறமை போற்றத்தக்கது. இவர் கவிதைகளில் உணர்ச்சிக்கேற்ற உயர்ந்த சொற்கள் தானாக வந்து விழுகின்றன.

கற்பனை வளம் கொண்ட கவிஞரிடத்தில் கலைச் சொற்களுக்கும் பஞ்சமில்லை. "மிகச் சாதாரணமான சொற்களும் தாம் தோன்றும் இடங்காரணமாக ஓர் அரிய கற்பனைக்குப் பிறப்பிடமாக விளங்குவதுண்டு"[32] என்பார் டாக்டர் ந. சுப்பு ரெட்டியார் அவர்கள். அவரின் கூற்றுக்கேற்ப தாராபாரதியின் சொற் சுவையானது தகுந்த வைப்பு முறையால் மேலும் அவரின் கவிதைகளுக்கு சுவைகூட்டுகிறது. அதில் கற்பனை வளம் மிளிர்கிறது.

நிகழ்ச்சி வருணனை

இவ்வருணனையில் கவிஞர் தான் சொல்ல வந்த கருத்தை நம் கண் முன்னே விரிக்கிறான். நாட்டியம் நாடகம் போன்ற கட்புலனால் உணரப்படும் கலைகளுக்கு அக்கலைஞனின் அங்க அசைவுகளும் முக பாவமும் உணர்ச்சிகளைக் காட்டும் கண்ணாடியாகும். ஆனால் கவிதைக் கலையில் கவிஞன் தன்னுடைய சிந்தனையை படிப்போர் மனதில் ஆழமாய்ப் பதியவைத்தல் என்பது சிரமமான காரியமாகும். ஒரு நிகழ்வை எழுத்துகளால் அடுக்கப்பட்ட வார்த்தைகள் மூலம் யாரிடமும் பதியவைத்தல் முடியாது. அவ்வார்த்தைகளுக்கு கொடுக்கப்படும் ஒளிவண்ணம்தான் எந்தப் படைப்பையும் அடுத்தவரிடையே ஊடுருவச் செய்யும். அந்த ஒளிவண்ணன்தான் வருணனை எனப்படுகிறது.

நிகழ்ச்சி வருணனையில் நாம் படிக்கப் படிக்க அந்நிகழ்ச்சி நம் கண்முன்னே நிகழ்வது போன்றதொரு உணர்வை ஏற்படுத்த வேண்டும்.

நம் நாட்டில் உள்ள சில சமூக விரோதிகளால்

எதற்கெடுத்தாலும் கலவரம், வன்முறை, அரசாங்க சொத்தை அழிக்கும் அராஜகம் போன்றவை அடிக்கடி நிகழ்ந்து கொண்டுதான் இருக்கின்றன. இதனைக் கண்டு பொறுக்க முடியாமல் கவிஞர் தீயைக் கொண்டு பேச வைக்கிறார்.

"தீராத பசியில் நான்
துடிக்கும்போது
தேடிடுவார்
ஆர்ப்பாட்டக்காரர்
என்னை!
ஆராத என்
பசிக்கு
அரசு பஸ்கள்
ஆகாரம்
ஆவதுண்டு!"

என்று கலவரக்காரர்களின் செயலை வஞ்சப்புகழ்ச்சியில் பாடுகிறார். அதுமட்டுமா? கோப்புகளினால் உண்மை வெளிப்பட்டு விடுமோ? என்ற பயத்தில் தீயைக் கொண்டு பல தலைவர்கள் நிகழ்த்தும் நாடகத்தையும் இங்கு வருணிக்கிறார்.

"சிலர்
அரசவிருந்தாய் என்னை
அழைத்துச் செல்வார்;
அந்தரங்கக்
கோப்பு சில
விருந்து வைப்பார்!
அடடா, அந்தக்
கோப்புகளின் சுவை
கோப்பைகளுக்கேது?"[34]

என்று தீ தன்னுடைய நாக்கிற்கு கிடைத்த சுவையைப் பற்றி விளக்குவதாக வருணிக்கிறார். இவையெல்லாம் சமூகத்தில் உயர்ந்த அந்தஸ்தில் உள்ளவர்களுக்காக நிகழ்த்தப்படும் நிகழ்ச்சி. வெளியே தெரிந்தாலும் அதில் பாதிக்கப்படுபவர்கள் இந்த அப்பாவி மக்கள்தான்.

இவ்வாறு பொதுமக்கள் சமுதாயத்தில் நடக்கும் எல்லா பிரச்சினைகளுக்கும் பகடைக் காயாகவே பயன்படுத்தப் படுகின்றனர். சாதிக் கலவரத்தால் நிகழ்ந்த ஒரு நிகழ்ச்சியை நம் கண்ணில் ஏற்றி இதயத்தை எரியச் செய்கிறார்.

"நேற்று வரை
கீழ் வெண்மணி
பெரிய குப்பம்
விழுப்புரம் - இங்கு நிகழ்ந்ததெல்லாம்
நெருப்புத் திருவிழா!
மனிதனை உயிரோடு
சொக்கப்பனை கொளுத்தும்
கொடுமை ...."[35]

என்று ஆத்திரத்தோடு வருணிக்கிறார்.

கையூட்டு, இது அன்றாடம் நம்மைச் சுற்றி நடக்கும் ஒரு நிகழ்ச்சியாகும். நம் தேவைகளை நிறைவேற்றிக் கொள்ள நாம் மேற்கொள்ளும் பல முயற்சிகளில் இதுவும் ஒன்று. இதில் வாங்குபவர் மட்டுமல்லர், கொடுப்பவரும் குற்ற வாளியே. இதனை இருதரப்பும் உணர்ந்தால் 'இலஞ்சம்' என்னும் சொல்லே நம் அகராதியில் இல்லாமல் போகும். அப்படியொரு சமுதாயத்தைத்தான் விரும்புகிறார் நம் கவிஞர்.

இதுவரை சொல் அம்புகளால் தீய சக்திகளைத் தைத்த கவிஞர் இப்பொழுது வார்த்தைகளில் தேன் தடவி செந்தமிழ்ச் சொற்களால் 'ஆண்டாள்' தோன்றிய நிகழ்ச்சியை வருணிக்கிறார்.

"திருவில்லிபுத்தூர்
திருக்கோயில் நந்தவனம் -
மாலைக்கு மலர் பறிக்க
மாலடியார் பெரியாழ்வார்
சோலைக்குள் நுழைந்து
சுற்றி வருகையிலை
புனிதத் துளசியின் கீழ்
பூமாலை போல் கிடந்த
மனிதக் குழந்தை கண்டு
மகிழ்வாய் எடுத்தணைத்தார்"[37]

என்று பக்திப் பரவசமுடன் பாக்களால் பாவை கிடைத்த நிகழ்ச்சியை வருணிக்கிறார். பெரியாழ்வார் மாலுக்கு மாலை தொடுக்க நினைக்கையில், தன் தோளுக்கேற்ற தோகையை திருவரங்கனே தன் அடியார் கையில் கொடுத்த திருவிளையாடலை இலக்கணச் செறிவுடன் இயற்றுகிறார் கவிஞர்.

நம் மறத்தமிழனின் வீரம் சொல்லில் அடங்காது. உயிரே போனாலும் மானம் பெரிதென்றென்னும் பண்புள்ளம் கொண்டவன். போர்க்களத்தில் பகைவரிடையே ஒருவனாய் நின்றாலும் புறமுதுகிட்டோடாமல் போரிட்டு வீரமரணம் எய்துபவன். போர்க்களத்தில் அவன் நிகழ்த்திய வீர விளையாட்டைக் கவிஞர் வருணிக்கையில்,

"கூர்வேலை யானைமேல்
    குறிபார்த்து எறிந்தவன் மேல்
ஓர் வேலைப் பாய்ச்சினான்
    பகைவன்! இவன் மார்பில்
தைத்தவேல் களிப்போடு
    தான் பறித்தான் யானைமேல்
தன்வேல் பாய்ந்தவனைச்
    சாய்த்ததே எனும் மகிழ்வோடு
சாய்ந்தான் புகழோடு!"[38]

தன் நாட்டைக் காத்திட தன்னுயிர் போவதைப் பற்றி சிறிதும் கவலையுறாமல் எதிரி நாட்டின் ஓர் உயிரையாவது பறித்தோமே என்று களிப்போடு சாய்ந்த அந்த வீரனின் மன உறுதியை நம் கண்முன்னே காட்சிப்படுத்துகிறார்.

பிறந்த மண்ணைக் காத்திட்ட ஒரு வீரனின் தேசபக்தியை உணர்த்திய கவிஞர், அவ்வீரனின் மரணத்திற்காக கண்ணீர் விட்ட மன்னனின் மாண்பை விவரிக்கிறார்.

"கொடியேந்திப் போரிட்டு
    குற்றுயிராய் விழுந்தவனை
மடியேந்தி மன்னன் விழி
    மல்கிய நீர்கண்டு - வீரன்
இறந்தான் மகிழ்வோடு!
    இப்படியோர் சாவு எனில்
மரணப் பிச்சையோடு
    மடிவதிலும் இன்பந்தான்"[39]

என்று அவ்வீரன் பெருமையுடன் மடிந்த நிகழ்ச்சியை வருணிக்கிறார்.

கம்ப இராமாயணத்தில் மிதிலைக் காட்சியில் இராம பிரானும், சீதாபிராட்டியும் ஒருவரையொருவர் காணுகையில்

“எண்ணரு நலத்தினள் இனையள் நின்றுழிக்
கண்ணொடு கண்ணினை கவ்வி யொன்றையொன்
றுண்ணவு நிலைபெறா துணர்வு மொன்றிட
அண்ணலும் நோக்கினான் அவளும் நோக்கினாள்”[40]

என்று தனித்தன்மை வாய்ந்த சொற்களால் இக்காதல் நிகழ்வைச் சிறப்பிப்பார் கம்பர். இதேயுணர்வை ஏற்படுத்தும் வகையில் கவிஞரும் ஒரு காதல் காட்சியைப் படம் பிடிக்கிறார்.

“பாதி விழிகள் சிரித்திருக்கும்
பாதி நாணிப் புதைந்திருக்கும்
தூதில் முடிக்கத் துடித்திருக்கும் - இதழ்
தோளின் வண்ணம் கடந்திருக்கும்”[41]

என்று ஒரு காதலன் தன் காதலியை நினைத்து உருகி உருகி வருணிக்கும் பொழுது, அக்காதலியின் ஒவ்வொரு செயலையும் காதலன் கண்ணுறும் அதே நேரம் அந்நிகழ்ச்சியை நம் கண்களிலும் கரைய வைக்கிறார் கவிஞர் தாராபாரதி.

இவ்வாறு தன் கவிதைகளைப் பொன்னிலிழைத்த சொற்களால் வரிகளை வைரமாக்கி வருணனை நடையில் நம்மை வியக்கவைக்கிறார். இவரின் எழுத்துக்கள் தொடாத பொருளே இல்லை. இவர், தம் கற்பனையில் தோன்றிய உளவியல், உலகியல், சமயம், ஞானம், கலை போன்றவற்றைத் தம் கவிதையென்னும் ஊடகத்தின் வாயிலாக மக்களிடையே கருத்துப் பரிமாற்றம் செய்யும் ஓர் இலக்கிய வல்லுநர். எத்தகைய நிகழ்ச்சியையும் தாம் உணர்ந்த மாத்திரத்தில் செதுக்கிய சொற்களால் படிப்போரின் இதயத்தில் அந்நிகழ்ச்சியை சிலை வடிக்கும் திறன் படைத்தவர்.

கலை வருணனை

அறுபத்து நான்கு கலைகள் அனைத்தையும் கற்றவன் மகா மனிதனாவான். ‘களவும் கற்றுமற’ என்னும் முதுமொழி

கலையின் இன்றியமையாமையை விளக்கும். எக்கலையும் ஆக்கத்திற்கே பயன்படுத்தப்படவேண்டும். நாம் கற்றவற்றின் பயனாக இவ்வுலகியல் வாழ்வில் உயர்ந்த சிந்தனையோடும், நெறியோடும் வாழ்ந்து வழிகாட்டியாக விளங்கவேண்டும். ஆனால் இன்று பல கலைகளைக் கற்று வாழ்பவர்களில் சிலர் அவற்றை அழிவிற்கு பயன்படுத்தி அமைதியைக் குலைத்துக் கொண்டிருக்கின்றனர்.

அரசியல் கலை

அரசியல் என்பது ஒரு வீரக்கலை. மக்களின் இன்ப துன்பங்களை அறிந்து அவற்றை விலக்கி நாடு செழிக்க நன்முறையில் உழைக்கும் ஒரு கடமையுணர்வுள்ள கலை. ஆனால் அக்கலையைப் பயன்படுத்தி பொது மக்களைக் கோமாளிகளாகக் கருதிக் கொண்டிருக்கும் அரசியல் தலைவர்கள் சிலரின் செயலை இவ்வாறு வருணிக்கிறார்.

“போலித் தலைவர்களும்
பொய்ம்மைக்
கொள்கைகளும்
கூலித் தொண்டர்களும்
கூடிவரும் அரசியலில்
சும்மா இருப்பவரும்
சொந்தக் கட்சித் தொடங்கி
சிம்மாசனத்திற்குச்
சிரசாசனம்
செய்கின்றார்!”[42]

என்று அரசியலை வியாபாரமாக்கி தன் வீட்டை வளமாக்கிக் கொள்ளும் சுயநலவாதிகளைப்பற்றி நெஞ்சம் நோகிறார்.

மேலும் மக்களின் குறைதீர்க்கும் இவர்கள் தம் கடமையினின்றும் தவறி அவர்களின் பணப்பையை நிறைக்கும் வேலையை மட்டும் சிறப்பாகச் செய்கிறார்கள், என்பதை

“குறுந்தொகை
கொடுத்தால்
கொஞ்சமும் மதிப்பில்லை;
நெடுந்தொகை

தந்தால்தான்
நிமிர்ந்தே பார்க்கிறான்!
இவன் அமரும்
நாற்காலியும்
இருகை நீட்டிக் கிடக்கும்!"[43]

என்று அரசியலின் அவல நிலையைக் கூறுகிறார். நாற்காலிகளும் இலஞ்சம் வாங்குவதற்காகத்தான் இருகை நீட்டிக் கொண்டிருக்கிறது என்று கூறுவது கவிஞரின் கற்பனை வளத்திற்கு ஒரு நல்ல எடுத்துக்காட்டு.

விவசாயக் கலை

விவசாயக் கலையின் உயர்வைப் பாடுகையில் அந்த விவசாயத்தின் மேன்மையை ஒரு தார்க்கோல் மூலமாகப் பேச வைத்திருப்பது கவிஞரின் பொது அறிவினை நன்கு விளக்குகிறது.

"தார்க்கோல் - என்
இக்கரங்கள்
கொடைக்கரங்கள்!
. . . .
. . . .
இக்கரங்கள்
செயலிழந்தால்
இத்தரணிக்கு
ஏது இயக்கம்?"[44]

என்கிறார். இது முற்றிலும் உண்மைதானா? விவசாயம் இல்லையெனில் பசித்த வயிறுக்கு உணவு ஏது? பின்பு உயிர் ஏது? என்று விவசாயம் என்னும் உயிர் நாடியை உரைக்கிறார். மேலும்,

"அச்சின்றி சுழல்கின்ற
பூமிக்கிங்கே
ஆதாரத்தானம், நான்
மைய அச்சு!"[45]

என்று கூறுவதில் விவசாயத்தின் வீரியம் நமக்கு நன்கு விளங்குகிறது. இப் பூமியின் சுழற்சிக்கே இந்த விவசாயம்தான் அச்சாணி என்ற உண்மையைஉணர்த்துகிறார்.

இன்னும் ஒருபடி மேலே சென்று விவசாயக் கலையின் முக்கியத்துவத்தை வருணிக்கும்பொழுது.

"பூமியைத் திறக்கும்
பொன்சாவி - ஆம்; நானே
திறவுகோல்!"[46]

என்று திடமாக முடிக்கிறார். விவசாயத்தின் இன்றியமையாமையை விவசாயி மட்டுமல்ல ஒவ்வொரு குடிமகனும் உணர்ந்து இக்கலையை உயர்த்த வேண்டும் என்ற நோக்கோடு கவிதை படைக்கிறார்.

அழகுக் கலை

இவர் அழகு பற்றி பேசும்பொழுது ஒவ்வொரு பொருளிலும் அதன் நிறையையே காண்கிறார். உண்மையான வடிவை உணர்கிறார். இது ஒரு சிறந்த கவிஞனை அடையாளம் காட்டும் உணர்வாகும் "Beauty is Truth, Truth is Beauty - that is all? எது அழகாக இருக்கிறதோ அது உண்மையாக இருக்கிறது. எது உண்மையாக இருக்கிறதோ அது அழகாக இருக்கிறது. உண்மையும் அழகும் பிரிக்க முடியாத இரட்டைப் பிறவிகள் என்பதே இங்குக் கருத்தாம்"[47] என்பார் அறிவொளி. அத்தகைய உண்மையைக் காணும் கலையுணர்வு பெற்றவர் தாராபாரதி.

இவர் பூக்களையும், புல்வெளியையும் இதமாக வருணிக்கிறார்.

"பூக்கூட்டத்தின்
புதுமுகங்களில்
புன்னகையும் ஓர் அழகுதான்
பூக்க மறந்த
மரகதப் பச்சைப்
புல்வெளி கூட அழகுதான்!"[48]

என்று பாடுகிறார். மேலும் மாக்கோலத்தின் அழகை அற்புத விவரிக்கிறார்.

"வண்ணக் கலையில்
ரங்கோலி
கண்ணைக் கவரும் அழகுதான்.
வளைந்த வெள்ளைக்

கோட்டுப் புள்ளியில்
வாசல் கோலமும் அழுகுதான்!"[49]

என்று கூறிவிட்டு அழகை ரசிப்பதும் ஓர் அரியகலை என்பதை அக்கலை ரசிப்பவரின் மனோ நிலையைப் பொறுத்தே தன்னை வெளிப்படுத்தும் என்பதை மிக நுட்பமாக உரைக்கிறார்.

"பழகிப் பார்க்கப்
பார்க்கும் அழகின் உற்சவம்;
அழகின் உற்சவம்
இல்லாவிட்டால்
உலகம் என்பது வெறும் சவம்!"[50]

என அழகின் அவசியத்தை அறியச் செய்கிறார். அழகு என்ற ஒன்று இல்லையெனில் இவ்வுலகம் உயிரற்ற உடலுக்குச் சமம் என்று கூறுவதன் மூலம் அழகை உயிருக்கொப்பாக வருணிக்கிறார். அழகை ரசிப்பவர் மனம் அன்புடையதாக இருந்தால்தான் அவ்வழகை முழுமையாக உணரமுடியும் என்று அறிவுறுத்துகிறார்.

கல்விக் கலை

எத்துணைக் கலைகளைக் கற்றவனாயினும் அவன் கல்வியைக் கற்கவில்லை யெனில் அவன் கலைத் திறமை முழுமையடையாத மூன்றாம் பிறை போன்றதேயாகும். அவன் பௌர்ணமியாய் ஒளி வீச கல்வி என்னும் விளக்கை ஏற்றுவதுதான் சாலச் சிறந்ததாகும். இத்தகு பெருமைபெற்ற கல்வி இன்று எந்த நிலைமையில் இருக்கிறது என்பதைப் பற்றி கவிஞர் கவலையுறுகிறார்.

"கல்வி யென்கின்ற
கலங்கரை விளக்கின்று
செல்வம் திரட்டுகின்ற
சிவப்பு விளக்கானது ஏன்?"[51]

என்று வினாவை எழுப்பிவிட்டு அதற்கு பதிலையும் அவரே தருகிறார்.

"பாமரப் படிப்பென்றும்
பணக்காரப் படிப்பென்றும்

நாமகள் இரட்டை
நாக்குகளால் பேசுகிறாள்"[52]

என்று வருத்தத்துடன் கூறுகையில் இன்று கல்வி என்பது ஒரு வியாபாரப்பொருளாய் மாறிவிட்டதே என்ற ஆதங்கம் நமக்கு நன்று விளங்குகிறது.

கல்வியைக் கருப்பொருளாக்கி கைநிறையக் காவியம் தீட்டுகிறார்கள் பணக்கட்டுகளினால். கல்வியின் தரத்தை காலடியில் போட்டு, அதனைப் பகட்டுப் படிக்கட்டின் மூலம் பணக்கோபுரத்தில்ஏற்றியசிலபணத்தாசைபிடித்தவர்களால்தான் இன்று கல்வி ஏழைக்கு எட்டாக் கனியாகிப் போனது என்பதை மிகுந்த கருத்தாழத்துடன் வருணிக்கிறார்.

கொள்ளை மலிவாகக்
குடிசைக்கு வந்த கல்வி
'கொள்ளை' மலிவானதால்
கோபுரத்தில் குந்தியது!"[53]

என்று கல்விக் கலைக்கு நேர்ந்து வரும் பேராபத்தை கோபத்தோடு சாடுகிறார். அனைவருக்கும் கல்வி என்னும் நிலை என்று வருமோ அன்றுதான் நம்நாட்டை பிடித்தாட்டும் அறியாமை என்னும் தீய சக்தி அழிந்துபோகும் என்பதே கவிஞரின் உறுதியான எண்ணம். அனைவரின் எண்ணமும் அதுவாகவே இருக்க வேண்டும் என்பதே அவரின் அவா.

வாழ்க்கையே ஒரு கலைக்கூடம். நாமெல்லாம் பார்வையாளர்கள். நம்மைச் சுற்றியுள்ள ஒவ்வொன்றும் கலைத்தன்மை வாய்ந்தது ஆகும். அதனை இன்பமாக்கி இரசிப்பதும், துன்பமாக்கி வெறுப்பதும் நம் கையில்தான் உள்ளது. இயந்திரமாகிவிட்ட நம்வாழ்க்கைச் சூழலில் நமக்கு ஒரு மாற்றத்தைத் தந்து மகிழச் செய்யும் நிலையே கலை. அக்கலை இரசனையை வளர்த்து உற்சாக வாழ்விற்கு வழிவகுப்போம்.

ஆய்வு முடிவுகள்:

"கவிஞர்களின் கற்பனைக்கு அடிநிலையாக அமைந்தது இயற்கையே, இயற்கையோடு ஈடுபாடில்லாத கலைஞனும் கவிஞனும் இல்லை எனலாம்"[54] என்று கூறுவார் க.பிரபாகரி.

"கற்பனைவளம் படைத்த கலைஞர்ளைக் காலந்தோறும் தவறாமல் கவர்ந்து வருவது இயற்கை"[55] என்று கவிஞனை இயற்கை கவர்ந்து வருவதாக உரைப்பர் ந.பிச்சமுத்து. இவ்வாறு கவிஞனும் இயற்கையும் காலங்காலமாக இணைந்து உருவாக்கிய படைப்புகள் ஏராளம். அந்த வகையில் தாராபாரதியும் இயற்கை உருவிற்கு வருணனை மெருகேற்றி பல அரியகருத்துகளைத் தம் கவிதைகளில் கூறியுள்ளார்.

பாத்திர வருணனைகளில் இவர் கவிதைக்கு கருவாகக் கிடைத்தவர்கள் அரசியல்வாதிகள். நாட்டில் நடக்கும் சீர்கேடுகளையும் அவற்றிற்குக் காரணமானவர்களையும் கவிதையால் திருத்த முயல்கிறார். தமிழைக் காத்தவரைப் போற்றுகிறார். காதலின் கண்ணியத்தை ஆண்டாள் உருவில் வருணிக்கிறார். பொதுவாக பாத்திர வருணனைகளில் பல சேதிகளை அழகாகப் படைக்கிறார்.

இட வருணனையில் நம் தாய்த் திரு நாட்டின் பெருமையைப் போற்றுகிறார். அறிவுக் கண்ணைத்திறக்கும் கல்விச் சாலையின் மகத்துவத்தைத் தெரிவிக்கிறார். வீர மறவர்களான நம் அரசர்கள் வாழ்ந்த இடங்களை உயர்த்திப் பாடுகிறார். ஆறடி நிலம்தான் நமக்குச் சொந்தம் எனும் தத்துவக்கருத்தின் மூலம் மனிதனின் ஆசைகளுக்கு அணைபோடுகிறார். இவ்வருணனையில் மனிதர்களைப் பண்புள்ளவர்களாக மாற்றப் பல புதிய கருத்துகளைப் பேசுகிறார்.

நிகழ்ச்சி வருணனையிலும், சமுதாயத்தில் நடக்கும் பல அக்கிரமங்களைத் தோலுரித்துக் காட்டுகிறார். ஆண்டாள் கிடைத்த நிகழ்ச்சியை நம் முன் நிகழ்த்துகிறார். எட்டுத்திக்கும் ஆண்டாலும் நம் மன்னர்களிடையே காணப்பட்ட பண்பும், பரிவும் தாய்மண்ணிற்காகத் தன்னுயிரை உள்ளக் களிப்போடு ஈந்த வீரனின் தியாகச் செயலும், படிக்கையில் நம்மை பண்டைக் காலத்திற்கே அழைத்துச் செல்லும் விதமாகக் கவிபுனைகிறார்.

கலை வருணனையில் அரசியல், விவசாயம், கல்வி, அழகு போன்ற கலைகளைப் பற்றி சமுதாய நோக்கோடு எழுதுகிறார். மொத்தத்தில் கவிஞரின் கவிதைகளில் வருணனை நலம் புதுப் பொலிவுடனும் புதுமைக் கருத்துகளுடனும் செம்மையுற அமைந்துள்ளது என்பதே உண்மை.

■

வருணனை நலன்

சான்றெண் விளக்கம்:

1. கவிஞர் தாராபாதி, பூமியைத் திறக்கும் பொன்சாவி, பக், *14*
2. மேலது, ப. *14*
3. மேலது, ப. *18*
4. மேலது,ப. *117*
5. செயராமன்,ந.வி, டாக்டர், புதுக்கவிதையியல், ப. *3*
6. கவிஞர் தாராபாரதி, பூமியைத் திறக்கும் பொன்சாவி, ப. *20*
7. மேலது, ப. *20*
8. கவிஞர் தாராபாரதி, இன்னொரு சிகரம், பக் *38,39*
9. கம்ப இராமாயணம் நாட்டுப் படலம், பா, *2*
10. வரதராசன்.மு. இலக்கிய மரபு, ப. *144*
11. கவிஞர் தாராபாரதி, பூமியைத் திறக்கும் பொன்சாவி, ப. *79*
12. மேலது, ப. *79*
13. மேலது, ப. *99*
14. மேலது, ப. *111*
15. கவிஞர் தாராபாரதி, இன்னொரு சிகரம், ப. *60*

16. வீரப்பன், ப. கிருட்டிண மூர்த்தி, கோ, தமிழ் ஆராய்ச்சி வரலாறு,ப 112
17. கவிஞர் தாராபாரதி, இன்னொரு சிகரம், ப. 58
18. மேலது, ப. 63
19. ஐஷ்வர்யன், அணிந்துரை, இன்னொரு சிகரம், ப. 58
20. கவிஞர் தாராபாரதி, இன்னொரு சிகரம், ப. 101
21. மேலது, ப. 84
22. மேலது, ப. 86
23. கவிஞர் தாராபாரதி, பூமியைத் திறக்கும் பொன்சாவி, ப. 38
24. மேலது, ப. 77
25. கவிஞர் தாராபாரதி, இன்னொரு சிகரம், ப. 16
26. மேலது, ப. 27
27. மேலது, ப. 27
28. மேலது, ப. 28
29. மேலது, ப. 39
30. மேலது, ப. 56
31. கலித்தொகை, 11:9
32. சுப்புரெட்டியார். ந.பேராசிரியர், பாட்டுத்திறன், ப. 196
33. கவிஞர் தாராபாரதி, பூமியை திறக்கும் பொன் சாவி, ப. 56
34. மேலது, ப. 57
35. மேலது, ப. 58
36. மேலது, ப. 86
37. மேலது, ப. 105
38. கவிஞர் தாராபாரதி இன்னொரு சிகரம், பக், 18
39. மேலது, ப. 18
40. கம்ப இராமயணம், மிதிலைக் காட்சி, பா 35
41. கவிஞர் தாராபாரதி, இன்னொரு சிகரம், ப. 80
42. கவிஞர் தாராபாரதி, பூமியைத் திறக்கும் பொன்சாவி, ப. 31
43. மேலது, ப. 32
44. மேலது, ப. 28

45. மேலது, ப. 29

46. மேலது, ப. 29

47. அறிவொளி. அ, பாரதிதாசன் தனித்தன்மை, ப. 268

48. கவிஞர் தாராபாரதி, இன்னொரு சிகரம், ப. 40

49. மேலது, ப. 40

50. மேலது, ப. 40

51. மேலது, ப. 36

52. மேலது, ப. 36

53. மேலது, ப. 37

54. பிரபாகரி.க, இலக்கியத் திறனாய்வும், கொள்கைகளும், ப. 261

55. பிச்சமுத்து. ந, திறனாய்வும், தமிழ் இலக்கிய கொள்கைகளும், ப. 273

■

அணி நலம்

இயல் ஐந்து

எழுதுகோலை உளியாக்கி, எழுத்தை சிற்பமாய் வடித்து, நம்முள் புதைந்து கிடக்கிற தோல்வி, அச்சம், இயலாமையை தூர எறிய வைத்தது மட்டுமல்லாது... கவிதைகளை படிக்கிற பாமரனையும் படைப்பாளியாக்குகிற உந்துசக்தியை தருவதே தாராபாரதி கவிதைகள். முடங்கிக் கிடப்பவனை முன்னேற்றப் பாதையில் நடக்க அல்ல... ஓட வைக்கிற சக்தி, கவிதைக்கு உண்டென நிரூபித்தவர் தாராபாரதி.

- கன்னிக்கோவில் இராஜா

இயல்: 5

அணி நலம்

முன்னுரை

கவிஞர் தாராபாரதியின் கவிதைகளில் இன்றைய சமுதாயக் கருத்துகளும் சீர்திருத்த கொள்கைகளும் மிகுந்திருப்பதோடு மரபுக்கவிதைகளுக்குரிய யாப்பு, உணர்ச்சி, கருத்து, கற்பனை, சிறந்த சொல்லாட்சி, நடையழகு, அணி ஆகியவை அவர்தம் கவிதைகளில் சிறப்புற அமைந்துள்ளன. அவற்றுள் அணி நலன் குறித்து ஆய்வதே இவ்வியலின் நோக்கமாகும்.

அணி நலன்

ஒரு பொருளையோ, அல்லது கருத்தையோ கூற விழைந்தால் அதை உள்ளது உள்ளவாறே கூறாமல் சில கவின் வார்த்தைகளைப் பயன்படுத்திக் கூறினால் அது கேட்போர் மனதைக் கவரும். அதுதான் அணி எனப்படும். ஒரு மங்கையைச் சாதாரணமாகப் பார்க்கும்போது இருந்த அழகைவிட அவள் அணிகலன்கள் அணிந்த பிறகு அந்த அழகு மேலும் கூடியிருக்கும். அதுபோல் கவிதைக்கும் இந்த அணிகளைப் பொருத்திப் பாடினால் அக்கவிதையின் அழகு அனைவரையும் ஈர்த்து விடும். இவ்வணி முப்பந்தைந்து வகைப்படும். அவற்றுள்

- உவமை அணி
- உருவக அணி
- உயர்வு நவிற்சி அணி

- எடுத்துக்காட்டு உவமை அணி
- பொருள் பின்வரும் நிலையணி
- சொல் பொருள் பின்வரும் நிலையணி
- இல்பொருள் உவமையணி
- தன்மை அணி
- வேற்றுப் பொருள் வைப்பணி
- பிறிது மொழிதல் அணி (அ) ஒட்டணி
- தற்குறிப்பேற்ற அணி
- மடக்கணி
- வஞ்சப்புகழ்ச்சியணி
- சிலேடை அணி (அ) இரட்டுற மொழிதல் அணி

ஆகிய அணிகள் கவிஞர் தாராபாரதி அவர்களின் கவிதைகளில் எவ்வெவ்வாறு அமைந்துள்ளன என்பதை இவ்வியலில் காணலாம்.

உவமை அணி:

இருபொருள்களிடத்து அமைந்துள்ள பொதுப்பண்பைக் கண்டறிந்து அவ்விரண்டையும் இயைத்துப் கூறுவது உவமை. அவ்வுவமை வினை, பயன், மெய், உரு என்ற நான்கின் அடிப்படையில் தோன்றும் என்பர் தொல்காப்பியர்.

> "வினை பயன் மெய் உரு என்ற நான்கே
> வகை பெற வந்த உவமத் தோற்றம்"[1]

இக்கருத்தின் அடிப்படையில் தாராபாரதி பல உவமைகளைத் தம் கவிதையில் கையாண்டிருக்கிறார்.

கா.சு. பிள்ளை தம் நுண்ணறிவாலும், நூலறிவாலும் எண்ணற்ற நூல்களை எழுதிக் குவித்தவர். அவருக்கு தமிழ் மொழியில் ஆழ்ந்த புலமை உண்டு என்பதை அழகான உவமை மூலம் நமக்கு கூறுகிறார்.

> "உமிக்குச்
> சுண்ணாம்படித்தால்
> உடன் அது
> அரிசியாய் விடுமா?

ஒப்பனை உமிகளாய்
உலவிய சொற்களின்
ஒப்பனை கலைத்த
துப்பறிவாளர்”[2]

என்பதில் தமிழ் மொழியில் காணப்படும் வேற்றுமொழிச் சொற்களுக்கு சுண்ணாம்படித்த உமியை உவமை காட்டுகிறார். செந்தமிழில் உள்ள படைப்புகளுக்கு சமையலுக்கான அரிசியை உவமை கூறுகிறார். இதில் தமிழின் பெருமையும், கா.சு.பிள்ளையின் தமிழ்ப்பற்றும் நன்கு விளங்குமாறு சொற்களை அமைத்து கவிதையின் அழகைக் கூட்டுகிறார்.

ஒழுக்கமின்மையால் எய்ட்சு நோய் தாக்கியவர்களைப் பற்றிக் கூறும்பொழுது,

“விழுதுகளில்
பழுதென்றால்
விழுந்து விடாது மரம்;
வேரில் பழுதென்றால்......”[3]

என்று மற்றெல்லா நோய்களுக்கும் மருந்துண்டு, ஆனால் இந்த உயிர்க் கொல்லிக்கு மருந்தில்லை என்கிறார். இதில் உயிருக்கு வேரை உவமிக் கிறார்.

கா.சு. பிள்ளையைப் பற்றி அழகான உவமைகொண்டு வர்ணிக்கிறார்.

“சுருங்கிய வானம்
போல் நெற்றி;
சூரியப் பொட்டு
திருக்குறளாய்!”[4]

என்று கூறுவதில் நெற்றிக்கு வானமும், பொட்டுக்குத் திருக்குறளும் உவமைகளாய் அமைந்து அழகு செய்கின்றன

தமிழே நம் முதன் மொழியாக இருக்க வேண்டும், மற்ற மொழிகளை இரண்டாவதாகத்தான் பயன்படுத்த வேண்டும் என்பதை,

“ஊடுபயிர்
போல் வேற்று

மொழிகள் உந்தன்
உதட்டு வயல்
தனில் விதை. . . . . ."[5]

என்று வேற்றுமொழிகளை ஊடுபயிர்கள் என்ற பொருத்தமான உவமையால் அறிவுறுத்துகிறார்.

துளசி மாடத்தின் கீழ் கிடந்த ஆண்டாளை பெரியாழ்வார் கண்டதை

"பூமாலை போல் கிடந்த
மனிதக் குழந்தை கண்டு
மகிழ்வாய் எடுத்தணைத்தார்"[6]

இங்கே ஆண்டாளாய் ஆகிய குழந்தைக்குப் பூமாலையை உவமையாக்கி குழந்தையின் தோற்றப் பொலிவு, மென்மை, மணம், செழுமை ஆகியவற்றைப் புலப்படுத்துகிறார்.

அதே ஆண்டாளுக்கு அரங்கன் தன் காதலை வெளிப்படுத்திய திறத்தை

"எறும்புக்குக் கொஞ்சம்
ஈவதைப் போல் - காதல்
துரும்பெடுத்து அதையும்
துண்டாக்கிப் போட்டிட்டான்"[7]

என்று அழகான உவமையால் கவிஞர் வெளிப்படுத்தியுள்ளார். இவ்வாறு உவமை அணியில் பல அழகான கவிதைகளைப் படைத்துள்ளார் தாராபாரதி.

உருவக அணி

உவமைக்கும் பொருளுக்கும் வேறுபாடின்றி உவமை யினையே பொருளாகக் கூறுவது 'உருவக அணி' எனப்படும்.

வெள்ளம்போல் தமிழர் கூட்டம் - உவமை
தமிழர் கூட்டம் வெள்ளம் - உருவகம்
"துன்பக் கடலகத் தழுந்த வேண்டா"

என்று சீவக சிந்தாமணியில் துன்பம் உருவகப் படுத்தப் பட்டுள்ளது.

இவர் இளைஞர்களைப் பற்றிக் கூறுகையில் அவர்கள்

இந்நாட்டிற்கு எந்த அளவுக்கு அடிப்படையானவர்கள் என்பதைக் கூறுகிறார்.

இளைஞர்கள் -
நிகழ்கால உலகுக்கு
நெம்பு கோல்கள்!
வளரும் தேசத்தின்
வருங்கால
வைப்பு நிதி!
மலரும் பல துறையில்
நம் - வாலிபர்கள்
வளர் பிறைகள்![8]

என்று இளைஞர்களை நெம்புகோல்கள், வைப்பு நிதி, வளர்பிறைகள் என்று உருவகப்படுத்துகிறார்.

மேலும் கா. சு. பிள்ளையைப் பற்றிக் கூறும்பொழுது தமிழாகவே அவரை உருவகிக்கிறார்.

"தங்கக் காசு
தமிழ்க் காசு
தமிழாய்த் தோற்றம்
தரும் காசு - இவரது
அங்கம் ஐந்து
புலன்களுமே
ஐம்பெருங்காப்பியங்கள்!
முத்தமிழ் மகுடம்
தலைப்பாகை
முதல் நூல்
தொல்காப்பியமாகும்! - இவரது
பத்து விரல்களும்
பத்துப் பாட்டாய்க்
காட்சி தரும்![9]

என்று கா. சு. பிள்ளையை தமிழ் இலக்கியங்களுக்காகவே உருவகப்படுத்தி நம்முன் காட்சிப்படுத்தியுள்ளார். இது தமிழை தமிழால் வருணிப்பது போன்ற தோற்றத்தை ஏற்படுத்துகிறது.

இளம் பெண்கள் கணவனை இழந்தவுடன் அவர்களை

இச்சமுதாயம் எத்தனையோ விதங்களில் வேதனைக் குள்ளாக்குகிறது. அவர்களது விடிவு வேண்டிக் கூறும்பொழுது

"........... இந்த
வெள்ளிகட்கு
'விடிவெள்ளி'
வருவதெந்நாள்? - இந்தத்
தேய்பிறைகள் - மீண்டும்
பௌர்ணமியாய்
ஆவதென்று"[10]

என்று கைம்பெண்களை வெள்ளி, தேய்பிறை, பௌர்ணமி என்று உருவகப்படுத்துகிறார்.

விவசாயிக்கு வயலும் மனைவிதான் என்றும் அப்பற்று இருந்தால் உழைத்து நல்ல விளைச்சலை ஏற்படுத்த முடியும் என்பதையும்,

"மூத்தவள் (மனைவி)
ஒரு முறை பிரசவித்தால்
மும்முறை இளையவள்
(வயல்) பிரசவிப்பாள்"[11]

என்ற கவிதையில் விளக்குகிறார். இங்கே வயலை இரண்டாம் மனைவியாக உருவகப்படுத்தியுள்ளார்.

பணத்திற்காக மனத்தை விற்கும் சில அரசியல் வாதிகளைப் பற்றி கூறுகிறார்.

"மனசாட்சியை விற்கும்
மக்களின் தலைவர்கள்
கனவான் அச்சகத்தின்
கையடக்கப் பதிப்புகள்!"[12]

என்று மக்களுக்குத் தொண்டு செய்யத் தவறிய தலைவர்களைப் பணக்காரர்களின் கைப் பதிப்புகள் என்று உருவகப் படுத்துகிறார்.

உயர்வு நவிற்சி அணி

ஒன்றை எடுத்துக் கூறும்போது உள்ளதை உள்ளவாறு கூறாமல் கேட்போர் மகிழும் வண்ணம் அழகுபடப் பன்மடங்கு

உயர்வாகக் பெருக்கிக் கூறுவது உயர்வு நவிற்சி அணி எனப்படும்.

"மதிதொடுங் கோயில் எய்தினான்"[13]

இதில் கோயில் எனப்படும் அரண்மனையானது நிலவைத் தொடுமளவு உயர்ந்து நிற்பதாக கம்பர் வருணிக்கிறார்.

அதுபோல் கவிஞர் அவர்கள் நம் பண்டை மன்னர்களாகிய சேர சோழ பாண்டியர்களைப் பற்றியும் அவர்களுடைய வீரத்தைப் பற்றியும் உயர்த்திப் போற்றுகிறார். இதில் பாண்டியர்களின் புகழ் எவ்வளவு தூரம் பரவியுள்ளது என்பதைக் கூறும்பொழுது,

அவன் ஏற்றிய
மீன் கொடி -
புகழை விண்ணின் முகத்தில் எழுதி
பூமித் தமிழனின் இசை பாடும்;
பகலும் இரவும் விண்மீன் கூட்டம்
பாண்டிய மீனுடன் விளையாடும்!"[14]

என்று தமிழன் பெருமை கொள்ளும் வண்ணம் உயர்த்துகிறார். இதில் பாண்டியனின் பெருமையை அவனுடைய மீன் கொடியானது விண்ணின் முகத்தில் எழுதும் என்றும், நட்சத்திரங்கள் எல்லாம் அந்த மீனும் விளையாடும் என்றும் மிகைப்படுத்தப்படுதலால் இது உயர்வு நவிற்சி அணியாயிற்று.

தமிழனின் வீரத்தையும் உயர்ந்த பண்புகளையும் கூறுகிறார்.

"எழுந்தால் கொடிமரம்
விழுந்தால் அடியுரம்
இதுதான் தமிழன் எனக்காட்டு!
பொறுத்தால் பனிமலை
கொதித்தால் எரிமலை
அதுதான் தமிழ்க் குணம் நிலைநாட்டு!"[15]

என்று தமிழனின் செயல்களை உயர்வு நவிற்சியில் பாராட்டுகிறார். நம் தேசத் தந்தை காந்திஜியின் சுதந்திரப் போராட்ட உணர்வையும் வெள்ளையனை எதிர்த்து அவர் போராடிய வென்றதையும் உயர்வு நவிற்சி அணியில் புகழ்கிறார்.

"ஈரங்கி உடுத்தியிருந்த
ஏங்கள் பிதா உம் கைத்தடி முன்
பீரங்கி யும் கூடப்
பேச்சிழந்து போயிற்று"[16]

என்று ஈரங்கி பீரங்கியை அடக்கியதாகக் கர்வப்படுகிறார். டாக்டர் அம்பேத்கரின் சேவையைப் போற்றி அவர் தம் அறிவின் அளவை உயர்த்திப் பாடுகிறார்.

"எண்ணறிவில் எழுத்தறிவில்
நுண்ணறிவில் நூலறிவில்
விண்ணளவு உயர்ந்து நின்று
விஸ்வரூபம் காட்டியவர்!"[17]

என்று உயர்வு நவிற்சியால் பாராட்டுரைக்கிறார்.

இவ்வணி கொண்டு நம் தலைவர்களைப் போற்றிப் பல கவிதைகளை இயற்றியுள்ளார் தாராபாரதி.

பொருள் பின் வரும் நிலையணி

ஒரு செய்யுளின் முன்னால் கூறப்பெற்ற பொருளே பின்வரும் பல இடங்களில் வெவ்வேறு சொற்களால் உணர்த்தப்படுமானால் அது பொருள் பின்வரு நிலையணி எனப்படும்.

"அவிழ்ந்தன தோன்றி அலர்ந்தன் காயா
நெகிழ்ந்தன நேர்முறை முல்லை"[18]

இதனில் அவிழ்ந்தன, அலர்ந்தன, நெகிழ்ந்தன என்று மூன்றும் வெவ்வேறு சொற்களாயினும் 'மலர்ந்தன' என்னும் ஒரு பொருள் உடையன. எனவே இது பொருள் பின்வரும் நிலையணியாற்று.

இவ்வணியில் கவிஞர் மூவேந்தர்களில் ஒருவனான கரிகால் சோழனின் பெருமையை இவ்வாறு கூறுகிறார்.

"கரிகாலன் கட்டி வைத்த
கல்லணை;
காவிரிப் பெண் ஓய்வெடுக்கத்
தலையணை"
கட்டுமானப் பணியில் புதுச்
சிந்தனை;

காலம் வென்று நிற்கும் தமிழன்
நீரணை"![19]

என்று அன்றே பல யுக்திகளுடன் மிகச் சிறப்பாகக் கரிகாலன் கட்டி வைத்த கல்லணையைப் பாராட்டிப் பேசுகிறார். கல்லணை, தலையணை, சிந்தனை, நீரணை ஆகிய வெவ்வேறு சொற்கள் 'நீர்த் தேக்கம்' என்ற ஒரு பொருளையேத் தருவதால் இதில் "பொருள் பின்வரும் நிலையணி' சிறப்பாகக் காணப்படுகிறது.

இன்னொரு கவிதையில் நம் நாட்டின் முதுகெலும்பாக விளங்கும் விவசாயி பற்றிப் பேசும்பொழுது, இவ்வணியில் கவிதை சொல்கிறார்.

"மயிலுக்குப்
போர்வை தந்தான் பேகன்
நான் - மண்ணுக்குப்
போர்வை தந்த தேவன்!
நேசமுள்ள என்சாயம்
பச்சைச் சாயம்
விவசாயம் - அது மிகவும்
கெட்டிச் சாயம்!"[20]

என்று ஒரு விவசாயி தன் தொழிலான விவசாயத்தை எந்த அளவுக்குப் போற்றிப் பாடுகிறான் என்பதைக் குறிப்பிடுகிறார். இதில் வரும் போர்வை, நேசமுள்ள சாயம், பச்சைச் சாயம், கெட்டிச் சாயம், போன்ற வெவ்வேறு சொற்கள் விவசாயம் என்னும் ஒரு பொருளையே உணர்த்துவதால் "பொருள் பின் வரும் நிலையணி"யாயிற்று. இதில் மண்ணுக்குப் போர்வை தந்த தேவன் என்று விவசாயிகளின் பெருமையை உயர்த்திக் கூறுகிறார்.

'வானம்' என்னும் கவிதையில் வானத்தை பலவாறாகப் பாராட்டுகிறார்.

"வான்
இயற்கை அரசாங்கத்தின்
தலைமைச் செயலகம்!
வானம்

காற்றுக்குத் திசைகாட்டி
கனலுக்குக் கைகாட்டி
நீருக்கு வழிகாட்டி
நிலத்திற்கு நாள்காட்டி!"[21]

என்று வானத்தை வெவ்வேறு சொற்களால் வருணித்தாலும் பஞ்சபூதங்களில் மற்ற நான்கு பூதங்களுக்கு உதவும் தன்மையையே குறிப்பதால் இது பொருள் பின்வரும் நிலையணியாற்று.

இல்பொருள் உவமை அணி

இல்லாத பொருளை இருப்பதுபோல் உவமையாக்கிக் கூறுவது 'இல்பொருள் உவமையணியாம்'

"பொன்றினவன் எழுந்தாற்போல் புடைபெயர்ந்தாங்
கெழுந்திருந்தான்"[22]

என்று கும்பகருணன் துயிலினின்று எழுவது இறந்தவன் எழுந்து வருவதைப் போல் இருந்தது என்று கம்பர் வருணிக்கிறார். இறந்தவன் உயிர்பெறுவது இல்லாத ஒன்றாதலால் இது 'இல்பொருள் உவமை அணிக்குச் சான்றாம்'.

கவிஞர் உறங்கிக் கொண்டிருக்கும் இளைஞர்களின் உணர்ச்சியைத் தட்டி எழுப்புகிறார். அவர்களை வேகத்தோடும், விவேகத்தோடும் உழைக்க அழைக்கிறார்.

"எழுக இளைஞனே,
இனிய தமிழனே!
வேலியில்லை உன்
வியர்வை ஊற்றுதான்
பாலை வனங்களில்
பாயும் நதிகள்,
விரைக விரைக உன்
விரல்கள் உழுபடை
தரிசு நிலங்களில்
தங்க அறுவடை"[23]

என்று குரல் கொடுக்கிறார். இளைஞர்கள் பொங்கி எழுந்தால், ஊக்கத்தோடு உழைத்திட்டால், பாலைவனங்களில்

நதிகள் ஓடும். தரிசு நிலங்களில் தங்கம் விளையும் என்று இல்லாத பொருளைக் கொண்டு இளைஞர்களின் செயலை ஆக்கப்படுத்துகிறார்.

மேலும் கண்ணிழந்தோர்களின் வேதனையைக் கூறும்பொழுது,

"..... விழியில்
சுரக்கின்ற கண்ணீர்தான்
இருப்பு! நானோ
சூரியனே முளைக்காத
கிழக்கு; ஐயா"![24]

என்று உருக்கமுடன் கூறுகிறார். கண்ணில்லாத அவர்கள் சூரியனே முளைக்காத கிழக்கு என்று புதிய சொல்லாட்சியில் அவர்களுக்கு உவமை கூறுகிறார். இதில் 'சூரியனே முளைக்காத கிழக்கு' என்பது இல்லாத ஒன்று. அதனை உவமையாகக் கூறியதால் இது 'இல்பொருள் உவமையாயிற்று'.

திருக்குறளின் சிறப்பை விளக்கும் பொருட்டு இவ்வுலகையே அது அடக்கியதாக வருணிக்கிறார்.

"உலகத்தின் சுற்றளவு
ஒன்றே முக்காலடியில்
அளவெடுத்து வைத்தவனே
அருந்தமிழ்ப் புலவனே!"[25]

என்று இப்பூமியை தன் ஒன்றே முக்காலடி கொண்ட குறளினால் திருவள்ளுவர் அளவெடுத்தார் என்பது குறளின் சிறப்பை விளக்கினாலும் அது இல்பொருள் உவமை அணியாம்.

பாரதியின் பெருமையைக் கூறும்பொழுது

"பாரதியே
எட்டயபுரத்து வீதிகளில் - நீ
எடுத்து அடிகள் வைத்தவுடன்
எட்டியிருந்த இமயத்தில்
இன்னொரு சிகரம் முளைத்தது"26

என்று பாரதியின் உயர்ந்த தன்மைக்கு இன்னொரு சிகரத்தை உவமையாகக் கூறுவதன் மூலம் இதில் இல்பொருள் உவமை வெளிப்படுகிறது.

சொல் பின்வரு நிலையணி

ஒரு செய்யுளில் முன்னர் வந்த ஒரு சொல் பின்னர் பல இடத்தும் வந்து வெவேறு பொருளைத் தருமாயின் அது 'சொல் பின்வரும் நிலையணி' எனப்படும்.

"மால்கரி காத்தளித்த மாலுடைய மாலை சூழ்
மால் வரைத் தோள் ஆதரித்த மாலையைர் மாலிருள் சூழ்
மாலையின் மால் கடல் ஆர்ப்ப மதன் தொடுக்கம்
மாலையின் வாளி மலர்"! [27]

மால்கரி - மதமயக்கம் உள்ள யானை
மாலுடைய - திருமாலுடைய மால்வரைத் தோள் - பெரிய மாலையை ஒத்தத் தோள்
மாலிருள் - மயங்கிய இருள்
மால் கடல் - அச்சமான கடல்

இதில் 'மால்' என்ற சொல் பல இடங்களில் வந்து பல பொருள்களைத் தருவதால், இது "சொல் பின்வரும் நிலையணி' எனப்படும்.

இவ்வணியை வரதட்சணைக் கொடுமை என்னும் சமூகப் பிரச்சினைக்கு பயன்படுத்துகிறார். தாராபாரதி

"தோழி என் -
மாமியார் ஆட்டுக்கல் - அவள்
மகனோ குழவிக்கல்!
மாமனார் கருங்கல் - பாவம்
மருமகள் கூழாங்கல்!
நாத்தனார் குத்துக்கல் - அவள்
நகராத காணிக் கல்!
போடு 'வைரக்கல்' என - தலையில்
போட்டார் பாறாங்கல்!"[28]

என்று 'கல்' என்ற ஒரு சொல்லை வைத்து கவிதை முழுவதும் வெவ்வேறு பொருளை உணர்த்துகிறார். ஒரே குடும்பத்தில் உள்ளவர்களின் பண்புகளை வெவ்வேறாகக் காட்டுகிறார். இதில் வரும் 'கல்' என்னும் சொல் கற்களின் வெவ்வேறு வகைகளையும் மனிதரின் வெவ்வேறு குணங்களையும் காட்டுவதால் இது 'சொல் பின் வரு நிலையணி'யாயிற்று.

இன்னொரு கவிதையில் தார்க்கோலின் சிறப்பை அதனை வாயிலாகவே இவ்வணியில் அலங்கரிக்கிறார்.

"செங்கோல்
எழுதுகோல்
அளவுகோல்
திறவு கோல், தார்க்கோல் -
எங்கள் ஐவருக்குள்
எனக்கு மட்டுமே
'பிறந்த நாள் விழா' உண்டு!
'தைப்பொங்கல்'தான் - என்
தனிப் பிறந்த நாள்"![29]

என்று 'கோல்' என்னும் ஒரு சொல்லைப் பல இடத்தும் வைத்து அதற்கு வெவ்வேறு பொருளைத் தருவதால் இதுவும் சொல் பின்வரு நிலையணி ஆனது. மேலும் அரசனின் செங்கோலைவிட ஒரு விவசாயியின் தார்க்கோல் மிக இன்றுயமையாதது என்ற கருத்தையும் உட் பொருளாக வைத்துக் கூறுகிறார். மேலும்,

"பூச்சீர் இவர்களெல்லாம்
    பொன்சீர் இல்லாமல்
காய்ச்சீரா யிருக்கின்றார்
    கனிச்சீரா யாவதெந்நாள்?"[30]

'சீர்' என்னும் ஒரு சொல் வெவ்வேறு பொருளை உணர்த்துவதால் இக்கவிதையும் சொல்பின்வரு நிலையணியாயிற்று.

சொல் பொருள் பின்வரு நிலையணி

செய்யுளுள் முன்னர் வந்த ஒரு சொல்லே பின்னரும் பல இடங்களில்வந்து முன்னர் உணர்த்திய பொருளையே உணர்த்துமாயின் அது 'சொல் பொருள் பின் வரும் நிலையணி' எனப்படும்.

"சொல்லுக சொல்லைப் பிறிதோர்சொல் அச்சொல்லை
வெல்லுஞ்சொல் இன்மை அறிந்து"[31]

இதனுள் 'சொல்' என்னும் சொல் பின்னரும் பல இடங்களில் வந்து 'வார்த்தை' என முன்னர் உணர்த்திய பொருளையே

பின்னர் வந்த சொற்களுக்கும் உணர்த்துவதால் இது 'சொல் பொருள் பின்வரு நிலையணி' ஆனது.

கவிஞர் 'ஆண்டாள்' என்னும் கவிதையில் இவ்வணியை அமைத்து, சூடிக் கொடுத்த சுடர்க் கொடியின் மாலையை மலர்வண்ணன் மகிழ்வாய்ச் சூடிக் கொண்டான் என்கிறார்.

தேன் சூடிய மலர்மாலையைத்
தினம் சூடிய பெண்ணாள்
"நான் சூடிய பின்பே இது
நம்பிக்குவப்' பென்று
தான் சூடிய மலர்மாலையைத்
தாமோதரன் சூட
வான் சூடிய வைகுந்தனின்
வரம், சூடினாள் ஆண்டாள்![32]

என்று ஆண்டாளின் பெருமையைப் பாடுகிறார். இதில் 'சூடிய' என்னும் ஒரு சொல் பல இடத்தும் வந்து "அணிந்த' என்னும் ஒரு பொருளையேத் தருவ தால் இதில் "சொல் பொருள் பின் வரு நிலையணி' காணப்படுகிறது.

பிறிது மொழிதல் அணி

புலவன் தான் கருதிய பொருளை அங்ஙனமே கூறாது மறைத்து அதை விளக்குவதற்கு அதைப் போன்ற பிறிதொன்றினைக் கூறுவது 'பிறிது மொழிதல் அணி' எனப்படும்.

"பீலிபெய் சாகாடும் அச்சிறும் அப்பண்டம்
சால மிகுந்துப் பெயின்"[33]

எச் செயலையும் அளவாகச் செய்ய வேண்டும் என்பதைக் கூற மென்மையான மயிலிறகும் அளவுக்கு மிஞ்சினால் வண்டியும் அச்சு முறிந்துவிடும் என்ற கருத் தின் மூலம் விளக்குகிறார்.

இது போல் அழகு என்பது என்ன என்பதைக் கூற அத்தன்மையுடைய பிறிதொன்றை வைத்துக் கூறுகிறார்.

"காம்பில் சிறிய
    கோணல் என்றால் - அது
கனியின் சுவையைக் குறைக்குமா?
    வேர்கள் வளைந்து

இருந்தால் என்ன - அது
　　நீரை உறிஞ்ச மறுக்குமா?
கோணல் கிளையெனில்
　　தேனீக் கூட்டம்
கூடுகட்டாமல் ஒதுக்குமா?"[34]

என்று அழகு பற்றி தவறான கருத்தைக் கொண்டுள்ளவர் களுக்கெல்லாம் சரியான முறையில் அறிவுறுத்துவதற்கு இவ்வணி பயன்படுத்தி அழகு என்பது வெளித்தோற்றம் மட்டும் அன்று அது அகத்தையும் பொருத்தது என்று தன் கருத்தை பல உவமைகளைக் கொண்டு மொழிந்ததால் இதில் 'பிறிது மொழிதல் அணி' பயின்று வந்துள்ளமை தெளிவாகிறது.

மடக்கணி

ஒரு செய்யுளில் ஒரு முறை வந்த சொல்லோ சொற்றொடரோ அடியோ மீண்டும் வந்து வேறு வேறு பொருளை தருமெனில் 'அது மடக்கணி' ஆகும்.

"கரும்பேய்க்கும் மென்சொல் லினாரைச் சினத்தால்
கரும் பேய்க்கு ஒப்பிடலாமா? - அருமையாய்
வேம்பா கிலும் இனிய அத்தேன் மொழியினார்க்கு
வேம்பா கிலும் அளித்தான் ஆய்ந்து" [35]

- நேரிசை வெண்பா

இதில்,

1. கரும்பு + ஏய்க்கும் = கரும்புச் சாற்றையொத்த
2. கரும் + பேய்க்கும் = கரிய நிறங்கொண்ட பேய்க்கும்
3. வேம் + பாகிலும் = வேகின்ற சர்க்கரை பாகிலும்
4. வேம்பு + ஆகிலும் = வேப்ப மாலையையும்

அம்மாலையை உடைய பாண்டியன் அளித்தான் என்பதில் மடக்கணி காணப்படுகிறது.

கவிஞர் அவர்களும் கல்வியின் நிலைமையை விளக்க இந்த அணியைப் பயன்படுத்துகிறார்.

"விலைபோட்டு வாங்கத்தான்
　　முடியும்! இக் கல்வியெனும்

மலையேறப் படிக்கட்டுப்
படிக்கட்டு லஞ்சம்!
படிக்கட்டும் பிள்ளையெனில்
பள்ளிக் கல்லூரிகளின்
படிக்கட்டும் 'படி' கட்டும்
படி கேட்கும் காலம்!"[36]

என்று இன்றைய காலக்கட்டத்தில் பள்ளி, கல்லூரி போன்றவற்றின் படிக்கட்டுகளுக்குக் கூட படி (இலஞ்சம்) கட்ட வேண்டிய கட்டாயத்தில் நாம் இருக்கிறோம் என்பதை இந்த மடக்கணி மூலம் நயமாகக் கூறுகிறார்.

படிக்கட்டும் பிள்ளையெனில் - பிள்ளைகள் படிக்க வேண்டும் என்றால்

படிக்கட்டும் - கல்வி சாலைகளின் படிக்கட்டும்
'படி'கட்டும் - இலஞ்சம் கொடுக்கும் படி கேட்கும்

என்று மிக நேர்த்தியாக கவி படைக்கிறார்.

மேலும் எல்லோருக்கும் கல்வி வேண்டும் என்று கல்வியின் அவசியத்தை எடுத்துரைக்கிறார்.

கல்லாமையால் பலபேர்
கல் ஆமை போல் ஆனார்
கல் ஆமை அகலிகைகள்
கல்வி முயல் ஆவதெந்நாள்![37]

என்று கல்லாதாரின் நிலையை கல் ஆமையாகக் கூறி கல்வியின் சிறப்பை விளக்குகிறார். இதிலும் 'கல்லாமை' என்னும் சொல் திரும்ப திரும்ப மடக்கி வந்து பொருள்தருவதனால் இது 'மடக்கணி' யாயிற்று. இம்மடக்கணியில் கவிபுனைந்தால் புதிய சொல்லாட்சியும், சொற்களின் வைப்பு முறையும் மிகுந்து கவிதை கற்போர் மனதைக் கவரும். கவிஞரும் இக்கவிதையைக் கற்போர் திரும்பத் திரும்பப் படிக்கும் வண்ணம் அமைத்திருக்கிறார்.

வஞ்சப் புகழ்ச்சி அணி

ஒன்றைப் பழிப்பதைப் போலப் பழித்துப் புகழ்வதும், புகழ்வதைப் போலப் புகழ்ந்து பழிப்பதும் 'வஞ்சப் புகழ்ச்சி அணியாம்.'

பழிப்பதைப் போல் புகழ்வது

சான்று "கல்லால் அடித்ததற்கோ காலால் உதைத்தற்கோ
வில்லால் அடித்தற்கோ வெட்கினீர் சொல்வீரால்
மஞ்சுதனைச் சூழும் மதில் ஆணைக் காவாரே
நஞ்சுதனைத் தின்றதென் முன்"[38]

என்ற பாடலால் சிவபெருமானைப் பழிப்பது போல் புகழ்வதைக் காணலாம். திருப்பாற் கடலிலிருந்து வந்த நஞ்சினைச் சிவபெருமான் உண்டு, தேவர்களைக் காத்தார் என்பது புராண வரலாறு.

கவிஞர் தாராபாரதி, அறிஞர் அண்ணாவைப் பற்றிக் கூறும் பொழுது, அவரின் உருவத்தைப் பற்றி எழுதுகிறார்.

"குள்ளம் கட்டை விரல்
என்ற போதும்
குனிந்துவரும் மற்ற விரல்
அதனி டத்தில்!
குள்ளம் தான் உன்னுருவம்
என்றா லும்நீ
குன்றுகட்குத் தலைமை தாங்கும்
இமயம் ஆனாய்!"[39]

என்று அவரின் குள்ள உருவைக் காட்டிப் பழிப்பதும் போல் பழித்து கூறினாலும் குன்றுகட்கெல்லாம் தலைமை தாங்கும் இமயம் ஆனாய் என்று புகழ்கிறார்.

புகழ்வதைப் போல் புகழ்ந்து பழிப்பது:

நாட்டில் நடக்கும் அரசியல் அக்கிரமங்களையும், அதன் அநீதியான ஆக்கிரமிப்பையும் வஞ்சப் புகழ்ச்சி அணி மூலம் வரிசைப்படுத்துகிறார். தாராபாரதி.

"பாரத தேவி
பாவம் அப்பாவி
பதவி களுக்கு வேலைக்காரி!

சுந்திர தேவி
தந்திர தேவி
சொத்துள்ளவனின் வீட்டுக்காரி!

மந்திரி சாதி
மந்திர வாதி;
மலையை விழுங்கும் மாயாவதி!

காவல் மிகுதியும்
தைரிய சாலி;
கயமைத் தனங்களின்
பெருங்கூட்டாளி!
அரசியல் வாதி
சந்தர்ப்ப வாதி
பதவி ஆசை அகலாவியாதி!
பொது சனம் மிகவும்
பொறுமை சாலி;
பொய்கள் சூதின் தோழமை வாதி!"[40]

என்று இன்றைய சமூக நிகழ்வுகளின் அவலத்தை அடுக்கிக் கொண்டே போகிறார் கவிஞர். அவர் தேர்ந்தெடுத்த பொருத்தமான அணி 'வஞ்சப் புகழ்ச்சி அணியாகும்'

சான்று "தேவ ரனையர் கயவர் அவருந்தாம்
மேவன செய் தொழுக லான்"[41]

தம் விருப்பப்படி தேவர்கள் செய்வர். கயவர்களும் இப்படியே செய்வார்கள். இருவகையினரும் செயல்படுவதில் ஒத்திருந்ததலால் இருவகையினரும் சமமாவர். இங்ஙனம் கயவர்களைத் தேவர்களுக்குச் சமமாகப் புகழ்ந்து கூறி தேவர்களைப் பழிக்கிறார், திருவள்ளுவர்.

சிலேடை அணி (அ) இரட்டுற மொழிதல்:

ஒரே சொற்றொடர் பல பொருள் அளிக்கும் வகையில் அமைக்கப் பெறுதல் 'சிலேடை அணியாகும்'

சான்று "செங்கரங்களான இரவு நீக்கும் பொங்குதயத்து
ஓராழி வெய்யோன்"[42]

கதிரவனுக்கும், சோழனுக்கும் சிலேடை.

கதிரவனுக்கு: மேனோக்கி உதயம் செய்யும் ஒற்றைச் சக்கரம் உடையவனாகிய கதிரவன் தன் வெண்ணிறக் கதிர்களால் இருளைப் போக்குவான்.

சோழனுக்கு: வளம் பொருந்திய ஆணைச் சக்கரத்தை உடையவனாகிய சோழன் தன் செங்கரங்களால் வறுமையைப் போக்குவான் (செங்கரங்கள் - கதிர்கள், இரவு - பிச்சை, வெய்யோன் - கதிரவன், சோழன்) கவிஞரும் தன் ஒரு கவிதையில் பல பொருள்கள் விளங்குமாறு சிலேடையாகப் படைத்துள்ளார்.

"என் வயலில்
'களை' மீண்டும்
சாதி 'களை' வளரவிட்ட
உங்களைப் போல் அல்ல;
சரியான நேரத்தில்
'களை' எடுப்பேன்"

என்று வயலில் தோன்றும் தேவையற்றவைகளான களைக்கும், மனிதரிடையே தோன்றும் அர்த்தமற்ற சாதிகளுக்கும் சிலேடை மொழியில் கவிதை கூறுகிறார்.

தன்மை அணி (அ) இயல்பு நவிற்சி அணி

ஒரு பொருளின் தன்மையை மிகைப்படுத்திக் கூறாமல் உள்ளதை உள்ளவாறு அழகுபடக் கூறுவதற்குத் 'தன்மை அணி' என்று பெயர் இதை இயல்பு நவிற்சி அணி என்று கூறுவர்

சான்றாக: "உலகெ லாமுணர்ந் தோதற் கரியவன்
நிலவு லாவிய நீர்மலி வேணியன்
அலகில் சோதியன் அம்பலத் தாடுவான்
மலர்சி லம்படி வாழ்த்தி வணங்குவோம்"[44]

இதில் சிவபெருமான் தன்மை உள்ளவாறு கூறப்பெற்றுள்ளது. இதுபோல் அறிஞர் அண்ணாவின் இயல்பைப் பற்றி பாடுகையில்

"உழுபவன் கால்களைத் தொழுதவன் - நீ
உழைப்பவர் தோள்களைத் துதித்தவன் !
அழுபவன் விழிகளைத் துடைத்தவன்
அடிமைத் தளைகளை உடைத்தவன்!"[45]

என்று அண்ணாவின் தன்மையை தன்மை அணிமூலம் நமக்கு உணர்த்துகிறார்

மேலும் நம் தமிழ் மண்ணின் தன்மையும் நம்மையெல்லாம் பெருமை கொள்ளச் செய்யும் வண்ணம், வந்தாரையெல்லாம் வாழவைக்கும் பெருந்தன்மையைக் கொண்டது என்று நம் தமிழ் மண்ணின் சிறப்பையும் விளக்குகிறார்.

"அறிவைத் தேடி
வந்தோர்க்கெல்லாம்
அரிச் சுவடியினை
விரித்தது!

பொருளைத் தேடி
புகுந்தோர்க் கள்ளி
பொக்கிஷம் தந்த
பூமியிது!
அருளைத் தேடி
அலைந்தவர்க் கிங்கே
ஆன்மிக வாசல்
திறந்ததிது!"[46]

என்று நம் தமிழ் நாட்டின் பெருமையை அதன் தன்மையை அப்படியே இங்கு தன்மை அணியில் வரிசைப்படுத்துகிறார். அறிவு, பொருள், அருள் என்று தேடிவந்தோர்க்கெல்லாம் தலைவாசல் திறந்து வைத்து வரவேற்றதுமல்லாமல் தன்னிடம் இருந்த செல்வங்களையெல்லாம் அவர்களுக்கு அளித்த தயாள குணத்தைப் பற்றி பாராட்டியுரைக்கிறார்.

வேற்றுப் பொருள் வைப்பணி

ஒரு சிறப்புப் பொருளை உலகம் அறிந்த பொதுப் பொருளின் துணை கொண்டு விளக்குவதற்கு 'வேற்றுப் பொருள் வைப்பணி' என்று பெயர். வேறு ஒரு பொருளை வைத்து விளக்குவது வேற்றுப் பொருள் வைப்பணியாகும்.

சான்று: "இடத்தொடு பொழுது நாடி
யெவ்வினைக் கண்ணு மஞ்சார்
மடப்பட லின்றிச் சூழ
மதிவல்லார்க் கரியதுண்டோ

கடத்திடைக் காக்கை யொன்றே
யாயிரம் கோடி கூகை
இடத்திடை யழுங்கச் சென்றாங்
கின்னுயிர் செகுத்த தன்றே"47

காலமும் இடமும் அறிந்து எச்செயலையும் ஆற்றத் துணியும் அறிவு வல்லார்க்கு ஆகாதது ஒன்று உண்டோ? - **சிறப்புப் பொருள்**

பகற்பொழுதில் ஆயிரம் கோடி கோட்டான்களின் கூட்டத்து இடையே சென்று அவற்றை ஓரே காகம் வென்றுவிடும். - **பொதுப் பொருள்**

கவிஞர் தாராபாரதி அவர்கள் மனிதர்களிடையே ஒற்றுமையின்றி ஒருவரையொருவர் அடித்துக் கொண்டும், ஏழை பணக்காரர் என்ற ஏற்றத் தாழ்வுகளைப் பெருக்கிக் கொண்டும் இருக்கும் அவல நிலையை இவ்வாறு கூறுகிறார்.

"தன்னினத்தைத் தன்போல
மதித்த லாலே
தரமுயர்ந்து வானத்தே
பறக்கும் புட்கள்!
தன்னினத்தை அன்னியமாய்
ஒதுக்கலாலே
தரையுணர்ந்து (?) வாழுவது
மனித மந்தை!"[48]

என்று மனிதனுடைய இழிந்த குணமாகிய சிறப்புப் பொருளை தெரிவிக்கும் பொருட்டு பறவைகளின் உயர்ந்த குணமாகிய பொதுப்பொருளை வைத்து கூறுகிறார். இந்த வேற்றுப் பொருள் வைப்பணி மூலம் அனைவரையும் மதித்தல் வேண்டும் என்னும் உன்னத கருத்தை விளக்குகிறார்.

மேலும் கண்தானம் பற்றிக் கூறும்பொழுது நம் உள்ளம் உருகும் வகையில் வரிகளை விதைக்கிறார்.

"ஒளி விதைகள் உங்களது
விழிகள்; அவற்றை
ஊன்றுங்கள் என்முகத்தில்
முளைக்கும் வெளிச்சம்!

விண் கொடையால் மண்ணுக்கு
மழைகிடைக்கும்
விழிக் கொடையால் எங்களுக்கு
ஒளிபிறக்கும்!"[49]

இதில் விழிக்கொடை என்னும் சிறப்புப் பொருளை விண் கொடை என்னும் பொதுப் பொருளால் கூறி வேற்றுப் பொருள் வைப்பணியை விளக்குகிறார்.

ஆய்வு முடிவுகள்:

ஆயுந்தொறும் இன்பந் தரும் என்பதற்கு தாராபாரதியின் கவிதைகள் பெரும் சான்றுகளாக உள்ளன என்பது வெளிப்படை

இலக்கிய மரபை நன்கு அறிந்த கவிஞர் தாராபாரதி அவர்களின் கவிதைகள் பல்வேறு அணிகளால் அழகு செய்யப் பெற்றுள்ளன.

ஒவ்வொரு கருத்திற்கும் ஒவ்வொரு அணியை பயன்படுத்தி யுள்ளார். மக்கள் அறிந்து சுவைக்கும் அணிகளைக் கையாளும் உத்தி இவர்தம் கவிதைகளில் தெளிவாகக் காணப்படுகிறது.

தாராபாரதியின் கவிதைகளில் அணி நலன் அற்ற கவிதைகளே இல்லை எனலாம். எத்தனை வகை அணிகளைப் பயன்படுத்த இயலுமோ அத்தனை வகை அணிகளையும் தம் கவிதைகளில் பயன்படுத்திப் பொருள் சிறப்பு மிக்க கவிதைகளைப் படைத்துள்ளார்.

சங்க இலக்கியப் பாடல்களுக்கு நிகராகச் சிந்தித்து உணர்ந்து மகிழத்தக்க கருத்துகளையே அணிவகைகளாகக் காட்டும் பாங்கு நன்கு புலப்படுகிறது. சான்றோர் பலரின் அழியாப் புகழ் பெற்ற கவிதைகளுக்கு நிகராக தாராபாரதியின் கவிதைகளும் காலங்காலமாய் வாழும் வகையில் கருத்துச் செறிவும் இலக்கிய நலமும் பெற்று விளங்குகின்றன.

■

அணி நலன்

சான்றெண் விளக்கம்:

1. தொல், பொருள், நூற்பா, 272
2. கவிஞர் தாராபாரதி, பூமியைத் திறக்கும் பொன் சாவி, ப.82
3. மேலது, ப. 75
4. மேலது, ப. 79
5. மேலது, ப. 101
6. மேலது, ப. 104
7. மேலது, ப. 107
8. மேலது, ப. 47
9. மேலது, ப. 78
10. மேலது, ப. 60
11. மேலது, ப. 69
12. கவிஞர் தாராபாரதி, இன்னொரு சிகரம், ப. 63
13. கம்பராமாயணம், கும்பகருணன் வதைப்படலம், பா, 70
14. கவிஞர் தாராபாரதி, இன்னொரு சிகரம், ப. 16
15. மேலது, ப. 23
16. மேலது, ப. 91
17. மேலது, ப. 101
18. பரமசிவம் சொ. டாக்டர், நற்றமிழ் இலக்கணம், ப. 345
19. கவிஞர் தாராபாரதி, இன்னொரு சிகரம், ப. 16
20. கவிஞர் தாராபாரதி, பூமியைத் திறக்கும் பொன்சாவி, ப. 63
21. மேலது, ப. 13
22. இராமாயணம், யுத்த காண்டம், கும்கருணன் வதைப்படலம், பா, 56
23. கவிஞர் தாராபாரதி, இன்னொரு சிகரம், ப. 71
24. மேலது, ப. 32
25. மேலது, ப. 12
26. மேலது, ப. 93

27. பரமசிவம். சொ. டாக்டர், நற்றமிழ் இலக்கணம், ப. 344
28. கவிஞர் தாராபாரதி, இன்னொரு சிகரம், ப. 52
29. கவிஞர் தாராபாரதி, பூமியைத் திறக்கும் பொன் சாவி, ப. 24
30. கவிஞர் தாராபாரதி, இன்னொரு சிகரம், ப. 51
31. திருக்குறள், செய், 475
32. கவிஞர் தாராபாரதி, இன்னொரு சிகரம், ப. 41
33. பரமசிவம். சொ. டாக்டர் நற்றமிழ் இலக்கணம், ப. 358
34. கவிஞர் தாராபாரதி, இன்னொரு சிகரம், ப. 37
35. பரமசிவம். சொ. டாக்டர், நற்றமிழ் இலக்கணம், ப. 358
36. கவிஞர் தாராபாரதி, இன்னொரு சிகரம், ப. 37
37. மேலது, ப. 108
38. பரமசிவம், சொ, நற்றமிழ் இலக்கணம், ப. 95
39. கவிஞர் தாராபாரதி, இன்னொரு சிகரம், ப. 95
40. மேலது பக், 58,59
41. திருக்குறள், செய், 1073
42. பரமசிவம், செ. நற்றமிழ் இலக்கணம், ப. 354
43. கவிஞர் தாராபாரதி, பூமியைத் திறக்கும் பொன் சாவி, ப. 26
44. பெரிய புராணம், வாழ்த்து, பா, 1
45. கவிஞர் தாராபாரதி, இன்னொரு சிகரம், பி, 23
46. மேலது, ப. 95
47. சீவக சிந்தாமணி, விமலையாரிலம்பகம், ப. 39
48. கவிஞர் தாராபாரதி, இன்னொரு சிகரம், பா,30
49. மேலது, ப. 33

முடிவுரை

செய்யுள் வழி போகாத பாட்டுப் பாதைதான் புதுக்கவிதை என்பர் முன்னோர். புதுக்கவிதையின் பொலிவிற்கு வித்திட்டவர் பாரதியார். பாரதியின் பரம்பரையில் தனக்கெனத் தனியிடத்தைப் பிடித்தவர் கவிஞர் தாராபாரதி. அவர் தம் கவிதைகளில் காண்குறும் இலக்கிய நலங்கள் குறித்து ஐந்து இயல்களில் கண்டவற்றை இங்கே தொகுத்து காட்டப்பட்டுள்ளன.

பாடுபொருள்

'கவிதைக்கழகு பாடுபொருள் வெளிப்படும் முறையே' என்பர். எனவே கவிஞர் தாராபாரதியின் கவிதைகளில் முதல் இயலாகப் பாடுபொருள் அமைக்கப்பட்டுள்ளது. புதுக்கவிதை உருவில் இலக்கிய நலங்களை நயமாகக் கூறிய பாங்கு இவ்வாய்வில் முதல் கருவாகப் பயன்படுத்தப்பட்டுள்ளது.

மொழிப் பற்றும், நாட்டுப்பற்றும் ஒவ்வொரு குடிமகனுக்கும் அவசியம் இருத்தல் வேண்டும். பெண்ணடிமை, வறுமை நிலை, மக்கள் தொகைப் பெருக்கம் போன்றவை சமுதாய சீர்கேடுகளுக்கும் வழிவகுக்கும். இதற்குத் தீர்வு 'சிறுகுடும்பம் சிங்காரத் தோட்டம்' என்ற மனவுறுதி மக்களிடையே தோன்ற வேண்டும். அனைவருக்கும் சம உரிமை வழக்கப் பட்டால் வன்முறை மறையும். உயர்வு தாழ்வு போன்ற அவலநிலை ஏற்படவும் வாய்ப்பின்றிப் போகும். ஒருமைப்பாடு ஓங்கி நிற்கும். அரசியல் வாதிகள் மக்களுக்கு நன்மை செய்தல் வேண்டும். மாணவ சமுதாயம் தீய பழக்க வழக்கங்களிலிருந்து விடுபட வேண்டும். இத்தகைய சிக்கல்களை பத்திரிகை களும், படைப்பாளர்களும் தங்களின் சிறந்த படைப்புகள் மூலம் தீர்த்து வைக்க வேண்டும். இது போன்ற புதுமையான, முற்போக்கான சிந்தனைகள் கவிஞரின்

பாடுபொருள்களாக அமைந்துள்ளதை முதல் இயல் ஆராய்ந்து புலப்படுத்தியுள்ளது.

சமுதாய உணர்வு

இரண்டாவது இயலில் இலக்கியத்தின் மூல வேரான சமுதாய உணர்வைப் பற்றி ஆய்வு செய்யப்பட்டுள்ளது. சாதியக் கொடுமையால் ஒற்றுமை குலைக்கப்படும். ஏழைகளின் அடுப்பில் உறங்கும் பூனையை விரட்டி ஒருமைப் பாட்டுணர்வை உள்ளத்தில் எழுதினால் சாதி என்னும் பேய் மறைந்தே போய்விடும். ஏழைகளின் அவல நிலை நீங்க எழுத்தாளர்களின் எழுதுகோல் எழுச்சிக்கோலாக எழவேண்டும். பெண்களுக்கு முழுச் சுதந்திரம் வேலையில்லாத் திண்டாட்டம், ஊழல், நெறிதவறிய அரசியல் ஆகிய சமுதாயத்தின் மிக முக்கியமான பிரச்சினைகளுக்கு விடை காண வேண்டும். சமூக நோய்களான போதை, மதுக்கொடுமை, இளங்குற்றவாளி, விலைவாசி உயர்வு, வறுமை போன்ற அனைத்துச் சிக்கல்களும் நீங்கி அமைதி காண மிகச் சிறந்த வழி அன்புடைமை, ஒருமைப்பாடு என்ற உயர்ந்த சிந்தனைகளை முன் வைப்பதே என்று கவிஞரின் பரந்த நோக்கு இவ்வுலகில் புலப்படுத்தப் பட்டுள்ளது.

நடைநலம்

நடை நலம் என்ற தலைப்பில் இவருடைய கவிதைகளில் அமைந்துள்ள உணர்ச்சி நடை, கருத்து நடை, எள்ளல் நடை, வருணனை நடை, சந்த நடை, எதுகை மோனையுடன் கூடிய நடை போன்ற நடை மொழிகள் பகுக்கப்பட்டு ஆய்வுக்குட் படுத்தப்பட்டுள்ளன. உணர்ச்சி நடையில் மக்களை எழுச்சி கொள்ளும் வகையில் அமைந்துள்ள இவர் கவிதைகள் காட்டப் பட்டுள்ளன. கருத்து நடையில் பல அரிய சிந்தனைகளை படைத்துள்ளார். எள்ளல் நடையில் சமுதாயத்தில் பல துறைகளில் நிகழும் உண்மைக்கு புறம்பான நிகழ்ச்சிகளை, நகைச்சுவையுடன் எடுத்துக் காட்டியுள்ளார். வருணனை நடையில் கவிதைகளின் அழகு மெருகூட்டப் படும் திறன் வெளிப்படுகிறது. சந்த நடையில் பாடல் வரிகள் கற்போர் உள்ளத்தில் எழுச்சி யூட்டுகின்றன. எதுகை மோனை நடையில் கவிதை களிடத்தே இயல்பான ஈர்ப்பு தோன்றும் வண்ணம் இயற்றப்பட்டுள்ள ஆற்றல் தெரிகிறது.

எழுத்துக்களில் கூட்டணி அமைக்காமல் நயம்பட இயற்றப்பட்ட இவரின் கவிதை நடை எண்ணுந்தோறும் இன்புறத்தக்கதாக அமைந்துள்ளது.

வருணனை நலம்

இவ்வியலில் வருணனை ஐந்து வகைகளாகப் பிரிக்கப்பட்டு ஆய்வு செய்யப்பட்டுள்ளது. அவை இயற்கை வருணனை, பாத்திர வருணனை, இட வருணனை, நிகழ்ச்சி வருணனை, கலை வருணனை முதலியனவாம். ஒவ்வொரு வகை வருணனையும் தத்தம் அளவில் சிறப்புற அமையுமாறு கவிதைகள் இயற்றப்பட்டுள்ள திறன் இவ்வியலில் வெளிப்படுத்தப்பட்டுள்ளது. படைப்பாளியின் சிந்தனை எவ்வகையில் நிறுத்தப்படினும் அவ்வகையில் தனக்கென ஒரு தனியிடத்தை பிடித்துக் கொள்ளும் அற்புதத் திறன் படைத் ததாகும். அத்தகைய திறமையான புதுமையான வருணனைகள் தாரா பாரதியின் கவிதைகளில் காணப்படுகின்றன.

அணி நலம்

ஒரு பொருளின் கருத்தை மேலும் மேலும் சிறப்புற விளக்குவது அணியாகும். இலக்கண உறுப்புகளில் ஒன்றானது. கவிதைக்கு அழகூட்டி அவற்றுடன் ஒன்றிவிடுவது. தாராபாரதியின் கவிதைகளின் அமைந்துள்ள பதினைந்து அணிகள் ஆய்வு செய்யப்பட்டுள்ளன. கவிதைகளில் காணப்படும் சமுதாயச் சிக்கல்கள், இயற்கை, அழகு, தனிமனிதரைப் போற்றுதல் போன்ற பல நிலைகளில் இவ்வணிகள் பொருத்தமுற அமைந்து இருப்பது கவிஞரின் கவித் திறமையைப் பறைசாற்றுகிறது எனலாம்.

மேற்கூறிய பொருண்மைகள் கவிஞர் தாராபாரதியின் கவிதை மேன்மைக்குக் கட்டியம் கூறுவன என்பது இவ்வாய்வு கண்ட உண்மை. ஆய்வு கால எல்லை கருதியும், ஆய்வேட்டின் பரப்பு கருதியும் இவ்வைந்து இயல்களில் மட்டும் ஆய்வு அமைந்துள்ளது. மேலும் பெண்ணியம், வெளிப்பாட்டுத்திறன், பிற நூற்புலமை போன்ற பல சிறப்புகளை தன் கவிதைகள் மூலம் தன்னகத்தே கொண்ட தாராபாரதி அவர்களின் கவித் திறன் மேலும் ஆய்தற்குரியது ஆகும்.

■

வாழ்க்கைக் குறிப்பு

கவிஞாயிறு தாராபாரதி

மண்ணில் மலர்ந்த நாள்	:	*26.02.1947*
தொட்டில் பெயர்	:	**துரை.இராதாகிருட்டிணன்**
சுட்டுப் பெயர்	:	**தாராபாரதி**
அன்னை வயல்	:	புஷ்பம்
தந்தை நிலம்	:	துரைசாமி
தவழ்ந்த மண்	:	குவளை, திருவண்ணாமலை (மா)
கவிதை நடை வண்டி	:	இலக்கியவீதியில்
மணந்த நாள்	:	*22-08-1974*
இல்வாழ்க்கைத் துணை	:	சந்தானலட்சுமி
பிள்ளைத்தமிழ்	:	விவேகானந்தன், லோகுதுரை, ஆண்டாள்
உடன் பிறப்புகள்	:	துரை. சீனிவாசன் (மலர்மகன்) புலவர் துரை. மாதவன்

கற்ற கல்வி	:	தொடக்க நிலை - குவளை உயர்நிலை - கீழ்க்கொடுங்காலூர்
ஆசிரியர் பயிற்சி	:	இராணிப்பேட்டை சைதாப்பேட்டை
ஊனமுற்றோர் சிறப்புப்பயிற்சி	:	மைசூர்
பெற்ற பட்டங்கள்	:	பி.ஏ.,(வரலாறு) எம்.ஏ., (தமிழ்) பி.எட்
தொழில்	:	ஆசிரியர் பணி
விருது	:	டாக்டர் இராதாகிருஷ்ணன் விருது (தமிழக அரசு 2000)
பணிக்காலம்	:	34 ஆண்டுகள்
பணியாற்றிய பள்ளிகள்	:	சித்திரக்கூடம், அச்சிறுப்பாக்கம் (ஒன்றியம்) பரனூர், (காட்டாங்கொளத்தூர் ஒன்றியம்) காமராசபுரம் - கூடுவாஞ்சேரி
குறிப்பிடத்தக்க செயல்கள்	:	இந்த மூன்று பள்ளிகளையும் ஒன்றியத்தின் சிறந்த முன் மாதிரிப் பள்ளிகளாக உயர்த்திப் புகழ் பரப்பியமை மாணவர்களின் பன்முகத் திறன்களையும் வளக்கும் கலைக்கூடங்களாக பள்ளிகளைப் பயன்படுத்தியமை தாழ்த்தப்பட்ட மாணவர்கள் மீது தனிக்கவனம் செலுத்தி உழைத்தமை, உயர்த்தியமை.
கல்விப்பணி	:	புதிய பாடத்திட்ட உயர்மட்டக் குழுவில், ஆசிரியர் கையேடுகள் தயாரிப்பில், வினா, வங்கி உருவாக்கத்தில் பங்கு பெற்றமை

வானொலி - தொலைக்காட்சி:		கல்வி ஒலிபரப்புகள், எல்லோர்க்கும் கல்வி, சான்றோர் சிந்தனை, கவிதைத்துளி, கவியரங்கங்கள், கவிதைப்பட்டிமன்றம், வள்ளுவர் காட்டும் வழி, காண்போம் கற்போம், வாழ்க்கைக் கல்வி - சிறப்பு நிகழ்ச்சிகளில் பங்கேற்பு
சன் தொலைக்காட்சி	:	கவிராத்திரி (கவிக்கோ அப்துல் ரகுமானுடன்) இன்தாம் - தமிழ் இணையம் இவற்றில் கவிதை வாசிப்பு
பரிசுகள் - விருதுகள்	:	முதல்பரிசு - கல்லூரிக் கவிதைப் போட்டி வெள்ளிப் பதக்கம் - கல்லூரிக் கட்டுரைப் போட்டி தங்க மோதிரம் - தமிழ் எழுத்தாளர் சங்கம் (வாசவன் விருது) கண்ணதாசன் நினைவு விருது (இலக்கிய வீதி) கவிஞாயிறு விருது (திருவள்ளுவர் இலக்கிய மன்றம் - வாணுவம் பேட்டை)
காலத்தோடு கலந்த நாள்:		*13.05.2000*

பின்னிணைப்பு - அ

தமிழ்ச்சிறகால் வானத்தை அளந்த கவிஞாயிறு

நூல்: பூமியைத் திறக்கும் பொன்சாவி

¤ இரண்டாம் நக்கீரன் ¤

கவிஞர் தாராபாரதியின் கவிச்சிறப்பைப் பற்றி **கவிஞர் இரண்டாம் நக்கீரன்** அவர்கள் **'பூமியைத் திறக்கும் பொன் சாவி'** என்னும் தாராபாரதியின் கவிதை நூலில் முன்னுரை எழுதியுள்ளார்.

இலக்கிய வீதி இனியவன் அவர்களின் இரண்டு கண்களுள் ஒன்று, அவருடைய அருமை மகள் வாசுகி, இன்னொன்று இலக்கியவீதி, அந்த அமைதியான மனிதர் இனியவனுக்கு நெற்றியில் முளைத்த மூன்றாவது கண் கவிஞாயிறு தாராபாரதி என்றால் அது மிகையன்று.

தமிழால் பாரதி தகுதி பெற்றதும்
தமிழ் பாரதியால் தகுதி பெற்றதும்

எனப் புரட்சிக்கவிஞர் புகன்றது போன்றதுதான்.

இலக்கிய வீதியால் தாராபாரதியும்
தாராபாரதியால் இலக்கிய வீதியும்

ஏற்றம் பெற்றதும். . . . சாதனை படைத்ததும். . . . சிகரங்கள் தொட்டதும் சிறப்புகள் சேர்த்ததும்!

சிறுமை கண்டு பொங்கி, ஏறுபோல் நடந்த கவிஞர் தாராபாரதியின் கவியரங்கக் கவிதைகளுக்கு இலக்கியவீதி மெருகூட்டியது எனில், அது உண்மை... வெறும் புகழ்ச்சியல்ல!

அச்சில் வந்த, கவிஞர்தம் மொத்தக் கவிதைகளையும் நான் படித்திருக்கிறேன். அனேக கவிதைகளை, அவர் வாயராச் சொல்ல மனதாரக் கேட்டிருக்கிறேன். கவியரங்குகளில் அந்தச் சிங்கத்தின் கர்ஜனையில் சிலிர்த்திருக்கிறேன். உள்ளார்ந்த நட்புடன் அவரோடு பழகியிருக்கிறேன்.

கவியரங்கங்கள் மூலம், ஒரு தனிமனிதப் புரட்சியை எழுப்பிய குறிப்பிட்டுச் சொல்லப்பட வேண்டிய முக்கியமான கவிஞர் தாராபாரதி. கவிதை புனைவதில் மட்டுமன்றி, கவிதை பாடுவதிலும் ஒரு தேர்ந்த அணுகுமுறையை அவரிடம் காணலாம். கவிதையின் உருவம், உள்ளடக்கம் இரண்டிலும் அவர் காட்டிய கவனம், மெச்சத் தகுந்த ஒன்று.

கவிஞர் எடுத்துக் கொண்ட முக்கியமான பாடுபொருள்கள், அழகிய தொடர்களும், அற்புதமான சொல்லாட்சியும், அழகழகான உருவகமும் உவமைகளும் பாராட்டத்தக்கன.

தேர்ந்த தமிழ்ச் சொற்களைச் சரியானபடி பொருத்துகின்ற பாங்கும்,"வயிலின் வித்துவான்' போன்ற பதச்சேர்க்கைகளும் கவிஞரின் தமிழறிவுக்குச் சான்றாக விளங்குகின்றன.

கவிஞரின் ஆறாவது படைப்பான இந்நூல், கவிஞரது பலதரப்பட்ட சிந்தனைகளையும் ஒட்டு மொத்தமாய்ப் பிரதிபலிக்கும் கண்ணாடி. இன்னும் பல்லாண்டு இவர் வாழ்ந்திருந்தால், எவ்வளவு உலகுக்குக் கிடைத் திருக்கும். என்ன செய்வது?

ஜே.ஜே. சில குறிப்புகளில் எழுத்தாளர் சுந்தர ராமசாமி அவர்கள் எழுதியதைப் போல், அறிவாளிகளுக்கும், அற்ப ஆயுளுக்கும் அப்படி என்ன தான் உறவோ... பாரதி ... புதுமைப்பித்தன்... கு.அழகிரிசாமி என்று எத்தனை இழப்புகள்!.

இந்த வரிசையில் கவிஞாயிறு தாராபாரதியும் சேர்ந்து கொண்டிருக்கிறார். ஆனாலும் அவர்தம் சிரஞ்சீவி வரிகள் என்றும் நம்மோடு உள்ளன. அவை நமக்கு அவரை ஞாபகப்படுத்திக் கொண்டேயிருக்கும் ...

வாழ்க கவிஞாயிறு தாராபாரதி புகழ்!

■■

பின்னிணைப்பு - ஆ

இன்னொரு பாரதி நெருப்பு

நூல்: இன்னொரு சிகரம்

¤ ஐஷ்வர்யன் ¤

கவிஞர்களை நேசிக்கற நான், கவிதைகளை வாசிப்பதில்லை. இந்த முரண்பாடு வெட்கம் தருகிறது. அதற்காகத் தலை குனிகிறேன்.

ஆனாலும், கவிஞாயிறு தாராபாரதியை வாசிக்க வாய்த்த பிறகு தீர்ப்பளிக்கிறேன்: "கவிதை ரசனையற்றவருக்குக் கதை எழுத மட்டுமின்றி... வாழவும் தகுதியில்லை"

சமீபகாலமாய் அங்கொன்றும் இங்கொன்றுமாக மனுஷ்யபுத்திரன், மகுடேஸ்வரன் என - சில கவிதைச் சிதறல்களில் நனைந்திருக்கிறேன்... இதயம் குளிர்ந்திருக்கிறேன். ஆனால், இன்று இதோ, இன்னொரு பாரதி நெருப்பு என்னைப் பற்றிக் கொண்டுவிட்டது!

"தீக்குள் விரலை வைத்தால்..." என மகாகவி மலைத்தாரே - அப்படி ஓர் அறிவு விழிப்பு; ஆனந்த ஆளுமை!

கவிஞாயிறு தாராபாரதியின் "இன்னொரு சிகரம்" என் கைக்கு வந்தபிறகு, அது, என்னுள் இவ்வளவு பெரிய மாற்றத்தை விளைவிக்கும் என எதிர்பார்க்கவே இல்லை!

இவை, சம்பிரதாயச் சொற்கள் அல்ல; சத்தியம். ஆம்.... இந்த நூலை நான்

ஒரே மூச்சில் (சு) வாசித்துவிட்டேன்!

கவிஞாயிறு ஓர் அபூர்வ அவஸ்தையோடுதான் கவிதைகள் வடித்திருப்பாரோ? வாசித்து, யோசித்து, வியந்து பாராட்டத்தக்கது.

ஒரே படைப்பாளியின் தொகுப்புகளை வாசிக்க நேரிடுகையில் எங்கேனும் மறுபடி மறுபடி பதிவு செய்யப்பட்ட அதே அலைவரிசை... அயற்சி நிகழ்ந்துவிடுவதுண்டு! அப்படி - ஒரு நெருடலைக் கூட ஏற்படுத்தி விடாத வண்ணம் நெஞ்சில் நிலைக்கும் வானவில்லாக - சிலபொழுது எரிமலையாய் முழங்குகிற இதே கவிஞர், பல பொழுதுகளில் கண்ணீர் கசியப் பிரார்த்திக்கையில் - நம் கைகளும் வானம் நோக்கி உயர்ந்துவிடுவது தவிர்க்க முடியாத மனிதாபிமானச் செயலே!

வெவ்வேறு வர்ண உணர்வுக் கலவையாக... உயிர்ப்புள்ள மூலிகை மலர்த்தோட்டமாக "இன்னொரு சிகரம்" உருவாகி யுள்ளது! அத்தனை "செவ்வான வட்டத்து"ள்ளும், தாராபாரதி முகங்களே!

தாராபாதியைப் படிப்போர்க்கு வெற்றி நிச்சயம்!

இது இதய சத்தியம்!

■■

துணை நூற்பாட்டியல்

முதன்மை நூல்கள்:

கவிஞர் தாராபாரதி	பூமியைத் திறக்கும் பொன்சாவி, இலக்கிய வீதி ஏ59/15, ஐந்தாம் தெரு, பெரியார் நகர், சென்னை - 82, முதற் பதிப்பு, டிசம்பர் - 2002
”	இன்னொரு சிகரம், இலக்கிய வீதி, விநாயக நல்லூர், வேடந்தாங்கல் அஞ்சல் - 603 314 முதற்பதிப்பு, டிசம்பர் - 2003

துணைமை நூல்கள்:

1. டாக்டர் மு. வரதராசன்	இலக்கிய மரபு பாரி நிலையம், 59, பிராட்வே, சென்னை - 1, இரண்டாம் பதிப்பு - 1968
2. அ.அ. மணவாளன்,எம்.ஏ	அரிஸ்டாடிலின் கவிதை இயல் தமிழ் புத்தகாலயம் 576, பைகிராப்ட்ஸ் சாலை, சென்னை - 600 005, முதற் பதிப்பு, 1976
3. இ. சுந்தர மூர்த்தி	இலக்கியச் சுடர், நியூ செஞ்சுரி இன்டஸ்டிரியல், 41-பி, சிட்கோ இன்டஸ்டிரியல் எஸ்டேட், சென்னை - 600 098 முதற் பதிப்பு 1977

4. டாக்டர் மு. வரதராசன்	இலக்கிய ஆராய்ச்சி பாரி நிலையம் 184, பிராட்வே, சென்னை-600108. ஐந்தாம் பதிப்பு - 1986
5. டாக்டர் சொ. பரமசிவம்	நற்றமிழ் இலக்கணம் பட்டுப் பதிப்பகம் 1269, 32ஆம் தெரு, 'ஐ' பிரிவு, சென்னை - 600 040
6. அறிவொளி எம்.ஏ	பாரதிதாசன் தனித்தன்மை, மணிவாசகர் பதிப்பகம், முதற் பதிப்பு, 1990 55, லிங்கி தெரு, சென்னை-600001,
7. மருதூர் ச. அரங்கராசன்	ஓர் அழுகை ஆதரவு தேடுகிறது. பாலமுருகன் பதிப்பகம் மருதூர் முதற்பதிப்பு - 1984
8. அருணன்	இலக்கியம் எப்படிப் பிறக்கிறது? (மார்க்ஸிய அழகியல் தொடர் கட்டுரை) செம்மலர், ஏப்ரல் 1990
9. இளங்கலை மணி	விடியல் கீதம், ரோமா ஆப்செட் பிரிண்டர்ஸ் முதற்பதிப்பு - 1981
10. டாக்டர் வீ. உண்ணாமலை	புதுக்கவிதையில் சமுதாயம் செல்மா, 2, சிவன் கோயில் தெற்கு தெரு, சிவகங்கை முதற்பதிப்பு - 1981
11. முனைவர் சரளா இராசகோபாலன்	தமிழ்த் தென்றலும் பெண்மையும் ஒளிப்பதிப்பகம் 63, டாக்டர் ரங்காசாரி சாலை, சென்னை - 600 018

12. சாலை சாலினி	தமிழ் தந்த பெண்கள், தமிழ் புத்தகாலயம், சென்னை, 1968
13. சிற்பி	ஒளிப்பறவை, செந்தமிழ் அச்சகம், கோவை, இரண்டாம் பதிப்பு, 1976
14. பேராசிரியர் டாக்டர் ந. சுப்புரெட்டியார்	பாட்டுத்திறன், ஸ்டார் பிரசுரம், சென்னை - 5, முதற் பதிப்பு, டிசம்பர் 1988
15. ஆ. செகந்நாதன்	புதுக்கவிதை ஒரு திறனாய்வு திலகன் பதிப்பகம், மேலையூர் முதற்பதிப்பு - 1978
16. டாக்டர் ந.வி. செயராமன்	புதுக்கவிதையியல் கதிரவன் அச்சகம், சென்னை முதற்பதிப்பு -1980
17. தமிழன்பன்	அந்த நந்தனை எரித்த நெருப்பின் மிச்சம் பூம்புகார் பிரசுரம் பிரஸ், சென்னை முதற்பதிப்பு - 1982
18. முனைவர் வெ.தனலக்குமி	குழந்தைப் பாடல்களில் பாடுபொருளும் பாடு நெறியும், மங்கை வெளியீடு, சென்னை - 18, டிசம்பர் 1990
19. துறவி	தரையில் ஓடும் இரயில்கள் நர்மதா பதிப்பகம், சென்னை, முதற்பதிப்பு, 1984

20. இரா.நிர்மலா — அண்ணாவின் படைப்புகளில் மகளிர்
விழிச்சுடர் பதிப்பகம்,
38, பாரதி நகர், முதன்மை சாலை,
கொளத்தூர், சென்னை
முதற்பதிப்பு

21. பாலா — புதுக்கவிதை ஒரு புதுப் பார்வை
அகரம் பதிப்பகம், சிவகங்கை
முதற்பதிப்பு 1981

22. புவியரசு — இதுதான், அன்னை வெளியீடு
சிவகங்கை, முதற்பதிப்பு - 1975

23. சி.இ. மறைமலை — புதுக்கவிதையின் தேக்க நிலை
ஸ்ரீ இராஜேஸ்வரி பிரிண்டஸ் ஒர்க்ஸ்
சென்னை, முதற்பதிப்பு - 1986

24. Christopher — Illusion and Reality. P.No.5
Princeton Encyclopedia

25. Majeree Boutton — The anatomy of poetry P.No. 15
Princeton Encyclopedia

26. சீனிவாசன் — சங்க இலக்கியத்தில் உவமைகள்
அணியகம்,
சென்னை - 30, முதற்பதிப்பு, 1990

27. இ. சுந்தரமூர்த்தி — நடையியல் சிந்தனைகள்,
நியூ செஞ்சுரி புக் அவுஸ்,
(பிழு லிமிட்), சென்னை
முதற்பதிப்பு, 1994

28. ஜெ.நீதிவாணன் — நடையியல், மணிவாசகர் பதிப்பகம்
சிதம்பரம், சென்னை,
முதற்பதிப்பு, 1983

ஆய்வேடுகள்:

29. நா.சாவித்ரி (ஆய்வாளர்)	கவிஞர் தாராபாரதியின் கவிதைகள் ஓர் ஆய்வு சென்னைப் பல்கலைக் கழகத்திற்கு அளிக்கப் பெற்ற ஆய்வேடு (M.Phil) அக்டோபர் - 1994
30. கு. புனித ஜோதி (ஆய்வாளர்)	கவிஞர் தமிழ் ஒளியின் "மாதவி காவியம்' சென்னை பல்கலைக்கழகத்திற்கு அளிக்கப் பெற்ற ஆய்வேடு (M.Phil) டிசம்பர் - 1996
31. க. கல்பனா (ஆய்வாளர்)	பேராசிரியர் வ. சுப மாணிக்கனாரின் 'மனைவியின் உரிமை' அண்ணாமலைபல்கலைக்கழகத்திற்கு அளிக்கப் பெற்ற ஆய்வேடு, 2004.

■■■

நூலாசிரியரைப் பற்றி

பெயர் : **எஸ். மகேஸ்வரி**

பிறந்த தேதி : *12-05-1972*

பெற்றோர் : K.சிதம்பரம்
C. கன்னியம்மாள்

கணவர் : R சிவக்குமார்

கல்வி : M.A., M.phil (தமிழ்)

பணி : எழுத்துப் பணி

முகவரி : *21/79* காமராஜர் சாலை
மூலக்கடை
சென்னை - *600 118.*

எழுதியுள்ள நூல்கள்:.

- கற்பூரக் கனவுகள்
- சிகப்பு நிறத்தின் கதை (கவிதை நூல்கள்)

கட்டுரைகள் வெளிவந்த பத்திரிகைகள்:

தினமணியின் தமிழ்மணி, ஆன்மிகக் களஞ்சியம், ஐந்து ஆய்வரங்கக் கட்டுரைகள் வெளிவந்துள்ளன.

தொலைக்காட்சி மற்றும் வானொலி நிகழ்ச்சியில் பங்கேற்பு.

விருதுகள்:

செம்மொழி ஆய்வுக்கான பாராட்டுச் சான்றிதழ். கவிதை நூலுக்காக குலாள சமுதாயத்தினர் வழங்கிய சாதனையாளர் விருது

பிற:

சைவ சித்தாந்த பட்டையப் படிப்பிற்காக பெற்ற பட்டம் 'சித்தாந்த இரத்தினம் / சொற்பொழிவு, பட்டிமன்றங்களில் பங்கேற்பு / சிறுகதை, கவிதை, கட்டுரை போன்ற போட்டிகளில் பங்கேற்பு.

www.ingramcontent.com/pod-product-compliance
Lightning Source LLC
LaVergne TN
LVHW060624051026
849519LV00002B/747